தமிழ்ச் சமூகமும் தெய்வங்களும்

ஆ. இரவிகார்த்திகேயன்

நியூ செஞ்சுரி புக் ஹவுஸ் (பி) லிட்.,
41-பி, சிட்கோ இண்டஸ்டிரியல் எஸ்டேட்,
அம்பத்தூர், சென்னை - 600 050.
☎ : 044 - 26251968, 26258410, 48601884

Language: Tamil
Thamizh Samoogamum Deivangalum
Author : **A.Ravikarthikeyan**
N.C.B.H. First Edition: May, 2023
Copyright: Author
No.of Pages: 84
Publisher:
New Century Book House Pvt. Ltd.,
41-B, SIDCO Industrial Estate,
Ambattur, Chennai - 600 050.
Tamilnadu State, India.
Email: info@ncbh.in
Online: www.ncbhpublisher.in

ISBN. 978-81-2344-470-3

Code No. A4824

₹ 120/-

Branches

Ambattur 044 - 26359906 **Spenzer Plaza (Chennai)** 044-28490027
Trichy 0431-2700885 **Pudukkottai** 04322- 227773 **Thanjavur** 04362-231371
Tirunelveli 0462-4210990, 2323990 **Madurai** 0452-2344106, 4374106
Dindigul 0451-2432172 **Coimbatore** 0422-2380554 **Erode** 0424-2256667
Salem 0427-2450817 **Hosur** 04344-245726 **Krishnagiri** 04343-234387
Ooty 0423-2441743 **Vellore** 0416-2234495 **Villupuram** 04146-227800
Pondicherry 0413-2280101 Nagercoil 04652-234990

தமிழ்ச் சமூகமும் தெய்வங்களும்
ஆசிரியர் : ஆ.இரவிகார்த்திகேயன்
என்.சி.பி.எச். முதல் பதிப்பு: மே, 2023

அச்சிட்டோர்: **பாவை பிரிண்டர்ஸ் (பி) லிட்.,**
16 (142), ஜானி ஜான் கான் சாலை, இராயப்பேட்டை, சென்னை - 14
☎: 044-28482441

All rights reserved. No part of this book may be reprinted or reproduced or utilised in any form or by any electronic, mechanical, or other means, now known or hereafter invented, including photocopying and recording, or in any information storage or retrieval system, without permission in writing from the publishers.

முதற்பதிப்புக்கான அறிமுகம்

தொன்மைமிக்க பண்பாட்டு சூழலைக் கீழடி அகழ்வாய்வுகள் வெளிப்படுகின்ற சூழலில் இலக்கியங்கள் சுட்டும் செய்திகள் ஒப்பு நோக்கும் பணி தமிழர்களுக்குப் பெருமிதம் தரும் பணியாகும். வரலாற்று ஆர்வலனாகத் தமிழர்களின் இறையியல் வாழ்க்கையையும் அதில் வெளிப்படும் பண்பாட்டுக் கூறுகளையும் நோக்கும் எனக்கு முப்பது ஆண்டுகாலச் சேகரிப்பில் விளைந்தது தான் இந்நூல்.

சமூக விஞ்ஞான தத்துவமான மார்க்சியம் சார்ந்த புரிதலில் தமிழ்ச் சமூகத்தின் வெளிச்சங்களை அறியும்போது இன்னும் கூடுதல் கவனம் பெற்றது. தமிழ்ச் சமூகத்தில் மானுட ஆய்வாளர்கள் சேகரித்த தகவல்களும் அதன் ஊடே இலக்கிய ஆளுமைகள் கண்ட உண்மைகளும் கோர்த்த மாலையாக இந்நூல் உருவானது. ஆய்வாளர்கள் கைலாசபதி, நா.வானமாமலை, க.சிவத்தம்பி, கோ.கேசவன், பி.எல்.சாமி, ஆ. சிவசுப்ரமணியன், இராஜ்கௌதமன், தொ.பரமசிவம், த.பழமலய் போன்றவர்கள் காட்டிய ஆய்வுத் திசை வழியில் பயணப்பட்டேன். எழுத்தாளர் இரவிக்குமார், மொழியறிஞர் அருளியார், தமிழினத் தொண்டியக்கப் பெரியவர் விழுப்பரையனார், எழுத்தாளர் விழி.பா. இதயவேந்தன், கவிஞர் மு. இராமமூர்த்தி, நண்பர் ஜனகராஜ் ஆகியோர் இந்நூல் விரிவுபட்ட நிலையில் வெளிவரவேண்டும் என்று ஊக்கப்படுத்தினர். மருதம் களப்பணி புதிய தகவல்களைக் காட்டியது. தோழர் சந்திரசேகர் இதனைச் சிறு நூலாகத் தமது சரவண பதிப்பகம் மூலமாகத் தந்தபோது அண்ணன் பொன்முடி அவர்கள் முயற்சியில் பேராசிரியப் பெருந்தகை அன்பழகன் அவர்கள் வெளியிட்டார். அன்று பேராசிரியர் ஆற்றிய உரை தமிழ்ச் சமூகத்தின் தனித்த அடையாளங்களைத் தேடி ஊக்கப்படுத்தியது. இப்பின்புலத்தில் அகவை அறுபது காணும் நேரத்தில் இந்நூல் கொண்டுவந்தது எனது கடமைகளில் ஒன்றாகக் கருதுகிறேன்.

ஆ.இரவிகார்த்திகேயன்

பொருளடக்கம்

1. ஆதிமனிதர் — 7
2. தாய்வழிச்சமூகம் — 10
3. வேட்டைச்சமூகம் — 15
4. குறிஞ்சி நில வாழ்க்கை — 18
5. முல்லை நில வாழ்க்கை — 22
6. மருத நில வாழ்க்கை — 26
7. நெய்தல் நில வாழ்க்கை — 32
8. பாலை நில வாழ்க்கை — 35
9. அரசு உருவாக்கம் — 41
10. வைதீகமும் - வழிபாடும் — 60
11. வைதீகமும் - மாற்றங்களும் — 65
12. தமிழ்ச் சமூகமும் தெய்வங்களும் — 77

1. ஆதிமனிதர்

மனித இனம் தொன்மைக்காலத்தில் விலங்குகளைப் போல் வாழ்ந்தாலும் வளர்ச்சிப் போக்கில் வாழ்விடச் சூழலின் காரணமாகவும் தன் உழைப்பின் மூலமும் விலங்குகளின் உலகத்திலிருந்து வெளியேறித் தன்னை உயர்த்திக்கொண்டது.

கற்கால மனிதர்கள் அனைவரும் ஹோமோசேப்பியன் என்னும் ஒரே இன வகையைச் சேர்ந்தவர்கள். ஒரே மூலத்திலிருந்து தோன்றிய நமக்குள் உயிரியல் காரணங்களால் வேறுபாடு இல்லை என்றும், சமூக காரணங்களினால்தான் இன உறவுகள், இன வேற்றுமைகள் ஏற்பட்டன என்றும் அறிவியல் உலகம் தெள்ளத்தெளிவாகக் கூறுகின்றது.

உலகின் நிலப்பரப்பில் பல்லாயிரக்கணக்கான ஆண்டுகள் மனித இனம் வாழ்ந்து வந்துள்ளது. நீண்ட அதன் வரலாறு கடுமையான பாதையில் பயணப்பட்டும் கடந்தும் வந்துள்ளது.

ஆதிக்கால இயற்கை பேரிடர் மற்றும் கொடிய விலங்குகள் போன்றவற்றைச் சந்தித்தபோது நடத்திய வாழ்வியல் போராட்டம், பசி, உணவுத்தேடல், பாதுகாப்பு மட்டுமல்ல பல்லாயிரக்கணக்கான உயிர்களைப் பலிகொண்ட தொற்றுநோய்கள், இருப்பிடம் தேர்வு, இடப்பெயர்வு, பயங்கர எண்ணற்ற போர்கள் எனச் சிக்கலான புலப்பாடுகள் நிறைந்தே காணப்படுகின்றது.

வரலாறு நெடுகிலும் மனிதர்கள் ஒருவருக்கொருவர் எண்ணற்ற உழைப்புகளில் ஈடுபட்டுக்கொண்டிருக்கின்றார்கள் அல்லது பிறரின் உழைப்பில் வாழ்கிறார்கள் அல்லது பிறரின் உழைப்பைச் சுரண்டுகிறார்கள், துன்பப்படுகிறார்கள், அன்பு செலுத்துகிறார்கள், பகைவர் என்று போர் தொடுக்கிறார்கள், கடவுளை வணங்குகிறார்கள், இல்லையென்று மறுக்கிறார்கள்.

நிகழ்ச்சிகளும், உண்மைகளும் கொண்ட இந்தப் குழப்பத்தை வரலாற்றில் ஆளுமை செய்வது எது என்பதை மனித சமூகத்தைப் பற்றியும் அதன் எதிர்காலத்தைப் பற்றியும் அக்கறை கொண்ட சமூக விஞ்ஞானிகள் ஆராய்ந்தனர்.

மனிதர்களுக்கு இடையில் உள்ள உறவுகள் எவ்வாறு உள்ளன. அது எதன் அடிப்படையைக் கொண்டுள்ளது. எப்படி மனித

குலத்தோடு தொடர்பு கொள்கிறது எனச் சிக்கல் மிகுந்த சமுதாய உறவுகள் இடையில் அனைத்துக்கும் எது காரணியாக உள்ளது என்பதை ஆராயும்போது பல உண்மைகள் வெளிப்படுகின்றன.

உலகின் பல்வேறு பகுதிகளில் பண்டைக்கால மக்களின் வாழ்க்கை எப்படி இருந்தது என்பது பற்றி அரும்பாடுபட்டுச் சான்றுகள் சேகரித்த பல பல நிபுணர்கள் தொலைவான பழங்காலத்தில் உருவாகி வந்த வரலாறு நிகழ்த்திய போக்குகளின் பொதுவான உருவரைகளை நாம் தடம் காணுவதற்குப் போதுமான தகவல்களைச் சேகரித்துள்ளார்கள்.

பண்டைய குடியிருப்புகள், இறந்தோரைப் புதைத்த இடங்கள், நினைவுச் சின்னங்கள், அங்குக் கண்டெடுக்கப்பட்ட மக்கள் பயன்படுத்திய கருவிகள், பாத்திரங்கள், ஆபரணங்கள் அவர்கள் வேட்டையாடிய விலங்கின் எலும்புகள் போன்ற தொல்பொருள் சின்னங்களைக் கண்டுபிடித்திருப்பது நம்முடைய மூதாதையர் பற்றியும், அவர்களுடைய சமுதாய வாழ்க்கை நடவடிக்கைகள், வாழ்க்கைமுறை பற்றியும் நமக்கு ஒரு சித்திரத்தைத் தருகின்றது.

இன்றைய இந்திய சமூகத்தில் மிகவும் தொன்மைமிக்க வரலாற்றைக் கொண்டவர்கள் தமிழர்கள். இம்மண்ணின் பூர்வகுடிகளா தமிழர்கள் என்ற விவாதம் ஆராய்ச்சியாளர்களிடையே நிலவுகிறது.

பண்பாட்டுத் தொடர் இணைப்பில் இந்தியா முழுவதும் பரவி வாழ்ந்த திராவிடர்களின் பெருமொழி பிரிவினராகத் தமிழர்கள் இருப்பதைப் பண்டைய சமூக ஆய்வுகள் குறிப்பாக மொகஞ்சதாரோ-ஹரப்பா அகழ்வாராய்ச்சிகளும் தற்போதைய கீழடி அகழ்வாய்வுகளும், பண்பாட்டு இலக்கியச் செய்திகளும், தொன்மங்களும் வரலாற்று கல்வெட்டுகளும் சான்று கூறுகின்றன.

2. தாய்வழிச்சமூகம்

பண்டைய வாழ்வில் ஆதிமனித சமூகம் உணவுக்காகத் தேடி அலையும்போது, தனிநபர்களின் தற்காப்புத் திறன் போதாத சூழல் கூட்டம் கூட்டமாக வாழ கற்றுக்கொண்டது. விலங்கின வாழ்வில் இருந்து விடுப்பட்ட மனித குலம், இயற்கை சார்ந்த மலைக் குகைகளிலும் மரப்பொந்துகளிலும் சிறு சிறு குழுக்களாக வாழ்ந்து வந்துள்ளது. மாந்தரினம் உணவு தேடிச் சேகரித்த காலத்தை மனித குலத்தின் குழந்தைப் பருவம் என்றனர்.

இந்த ஆதி மனித சமூக வடிவத்தில் முழுக் குழுக்களாக ஆண்களும், முழுக் குழுக்களாகப் பெண்களும் ஒருவருக்கொருவர் சொந்தமாக இருந்தனர். இன்றைய சமூகத்தின் பார்வையில் அவர்கள் சகோதர் சகோதரிகள் இருந்தனர். ஆனால், அன்றைய சமூகத்தில் அந்தக் காரணத்தினால் அவர்கள் கணவன் மனைவியர் ஆவார்கள். இதுதான் அன்றைய சமூகத்தின் ஒழுக்கம் என்று ஆய்வாளர்கள் குறிப்பிடுகிறார்கள். இதனை ஒரே வகையைக் கொண்ட வம்சவிருத்தி செய்த பண்டைய குழுவின் மணமுறையை இரத்த உறவுக்குடும்பம் என்கின்றனர். ஒரு தாய் வயிற்றில் பிறந்த சகோதர சகோதரிக்கு இடையிலும் பெற்றோர் களுக்கும் குழந்தைகளுக்கும் இடையில் உடலுறவு கொள்வது இருந்தது.

இயற்கையான தாவரங்கள், பழங்கள், கொட்டைகள், கிழங்குகள் போன்ற உணவுப் பொருள்களைத் தேடி உட்கொண்டு வாழ்ந்த மனிதகுலம், கொடிய காட்டு வாழ் மற்ற உயிரினங்களின் மூலமாக ஆபத்தை அன்றாடம் சந்தித்த சூழல் குழுவாகக் கூட்டமாக வாழ சூழல் உறுதிப்படுத்தியது.

உணவு சேகரிப்பதில் கூட்டமாக வாழக் கற்றுக்கொண்ட பிறகு ஒரே பகுதியில் உணவுகளைத் தேடவேண்டிய கட்டாயத்திற்கு உள்ளாக்கப்படுகின்றனர். இரத்த உறவுகளில் குடும்ப எண்ணிக்கையை விரிவுபடுத்தும் சூழல் உருவானது. இக்காலகட்டம் பெற்றோர்களுக்கும் குழந்தைகளுக்கும் இடையில் உடலுறவு கொள்வதும், ஒரே தாய் வயிற்றில் பிறந்த சகோதரர் சகோதரிக்கிடையே உடலுறவு கொள்வதும் விலக்கப்படுகின்றது. இம்முன்னேற்றத்தின் விளைவாகப் பழைய குடும்பச் சமூகங்களிருந்து புதிய குடும்பச் சமூகங்கள் எழுந்தன.

சகோதரிகளைக் கொண்ட ஒரு குழுவும் சகோதரர்களைக் கொண்ட இன்னொரு குழுவும் குடும்ப சமூகத்திற்கு மூலக் கருவாகவும் அமைந்தது. ஒரு தாய் வயிற்றில் பிறந்த சகோதரிகள் வழியாக உறுப்பினர்களும், தாயின் வயிற்றில் பிறந்த சகோதரன் வழியாக உறுப்பினர்களும் கிடைக்கின்றனர். இதுவே கூட்டுக் குடும்ப சமூகமாக ஆய்வாளர்கள் குறிப்பிடுகின்றனர்.

இக்காலகட்டத்தில் எல்லோருக்கும் பொதுவான தாய்வழியில் சமூகம் அடையாளம் காணப்பட்டது. கூட்டுக் குடும்ப அமைப்புகள் குலம் எனச் சமூகவியலார் அடையாளப்படுத்துகின்றனர். அக்குலத்தில் தாய், குடும்பத்தில் உள்ள குழந்தைகள் எல்லோரையும் தன் குழந்தைகள் என்றாள். தாய்க்குரிய கடமைகளைச் செய்தாள். அவள் தன் குழந்தைகளை மட்டும் மகன், மகள் என்று அழைக்கவில்லை; தன் சகோதரியின் குழந்தைகளையும் தன் குழந்தைகளாகவும் சேர்த்து தன் மகள் என்றே அழைத்தாள். அவர்களும் அவளை அம்மா என்றே அழைத்தார்கள்.

அதே போல் தன் சகோதரர்களின் குழந்தைகளை மருமகன், மருமகள் என்றே அழைத்தாள். குழந்தைகளும் அத்தை என்றே அழைத்தன. இவர்களுடைய குழந்தைகள் தங்களுக்கிடையில் அண்ணன், தம்பி, அக்கா, தங்கை என்றே அழைத்துக்கொண்டார்கள். சகோதரன் குழந்தைகளும் இவ்வாறு அழைத்துக்கொண்டார்கள்.

ஒரு பெண்ணின் குழந்தையும் அவளுடைய குழந்தையும், ஒருவருக் கொருவர் நமது பெற்றோரின் உடன் பிறந்தோரின் சேய் என்றும் அழைக்கிறாள். இவை வெறும் சொற்கள் அல்ல. இரத்த உறவு முறையின் நெருங்கிய தன்மை மற்றும் விலகிய தன்மை, சமத்துவம் மற்றும் சமத்துவமின்மையையும் குறிக்கின்றது. ஒரு தனி நபருக்கு நூற்றுக்கணக்கிலே வேறுபட்ட சொற்களைத் தமிழ்ச் சமூகத்தில் கூற முடியும்.

இரத்த உரவு முறைக்குச் சான்றாகத் தாயின் சகோதரன் தன் சகோதரியின் மகளுக்குச் செய்யும் மரபுரீதியான சடங்குகளைப் புனிதமாகக் கருதுவது என்பது தாயுரிமையின் எச்சத்தையும் இரத்த உறவு முறைக்கு நெருக்கமான தன்மையையும் குறிக்கின்றது. இரு நபருக்கு இரத்த உறவுமுறையைக் குறிக்கும் சொற்கள் நூற்றுக்கணக்கில் வேறுபட்ட உறவுகளைக் குறிப்பிடுவதைக் கூறும்போது, தமிழர்கள் இரத்த உறவுமுறையில் முரண்பட்டிருப்பதை ஏங்கெல்ஸ் எடுத்துக் காட்டுகிறார். மனித சமூகத்தில் ஒரு தலைமுறை பெற்ற தகவல் அடுத்த தலைமுறைக்கு மொழியின் துணைக்கொண்டு கொடுக்கப்படுகிறது.

தாய்வழிச் சமூகத்திற்கான சான்றுகளைப் பெற்றுள்ள தமிழர்கள், மனித இனப்பெருக்கத்தின் கூறுகளைக் கொண்டவள். தாய் என்பதை அறிந்து தாயை முதல் தெய்வமாகக் கொண்டனர். ஆயி, ஆத்தாள், அம்மா, அம்மை, மூத்தோள் எனப் பழந்தமிழ் இலக்கியங்கள் குறிப்பிடும் இத்தாய்தெய்வம், மனித இன உற்பத்தியின் அடையாளம் என்பதில் ஐயமில்லை.

ஆதிகால தமிழர்கள் சுட்ட மண்ணில் உருவாக்கிய தாய் தெய்வம், பெரிய வயிறும் பெரிய மார்பகங்களும் கொண்ட சுடுமண் சிற்பங்களாகக் கிடைத்துள்ளன. தாய்தெய்வத்திற்குப் பெரிய வயிறும் பெரிய மார்பகங்களும் பெரிய புட்டகங்களும் காட்டப்படும். இவையெல்லாம் தாய்மையின் அடையாளத்தைக் காட்டவே.

ஆதிமனிதர்கள் கூட்டம் கூட்டமாய் அலைந்துதிரிந்து வாழ்ந்ததற்கு தாய்வழிச் சமூகத்தின் அடையாளமான தாய்தெய்வ சிற்பம் கி.மு. ஏழாம் நூற்றாண்டைச் சார்ந்த ஆதிச்சநல்லூர் கல்லறை புதைபொருள்களில் சான்று கூறுகின்றது.

விழுப்புரம் அருகே உடையாநத்தம் என்ற ஊரில், பெருங்கற்கால நினைவுச்சின்னம் தாய் தெய்வமாக ஆய்வாளர்கள் குறிப்பிடுகின்றனர்.

தாய்வழிச் சமூகத்தில் பெண்கள் முன்னணி வகுத்த சமூக அடையாளத்தைத் தமிழர் பண்பாடில் ஏழு கன்னியர் என்ற தாய்தெய்வ வழிப்பாட்டில் காணலாம். மொகஞ்சதாரோ-ஹரப்பா அகழ்வாய்வுகள் முதல் பண்டைய மாந்தர்கள் வாழ்ந்த நீரோடையொட்டிய குகை மரப்பொந்துகள் போன்ற தொல்லியல் இடங்களில் ஏழு கன்னியர் உருவங்கள் கிடைக்கின்றன.

பண்டைய மக்களினம் கூட்டுக் குடும்ப சமூகமாக உணவுக்காகத் தேடி அலைந்து காய்கனிகள், கிழங்குகள், சேகரித்தபோது வள்ளிக் கிழங்கு தமிழர்கள் மத்தியில் முக்கிய உணவாக இடம்பெற்றிருந்ததை அறிய முடிகின்றது.

அன்றைய சமூகத்தின் தேவையான உணவு உற்பத்தியின் அடையாளமான இயற்கையாகக் கிடைக்கக்கூடிய வள்ளிக்கொடி விளைச்சலை வளத்தின் அடையாளமாகத் தமிழர்கள் கருதினர்.

வளம் தருவது செழிப்பைத் தருவது என்ற பொருளில் ‘வள்ளி’ என்ற சொல் விளங்கியது வள்ளல், வள்ளியம் என்ற சொற்கள் பழந்தமிழ் இலக்கியங்கள் செழிப்புத் தன்மையினால் வந்த பயனைக் குறிப்பிடுகின்றன.

வள்ளிக் கொடியைப் பழந்தமிழர்கள் தாய்தெய்வமாகக் கருதினர். இனக்குழு எனப்படும் கூட்டுக் குடும்ப சமூக வாழ்வில் வள்ளி என்ற தாய்தெய்வத்திற்கும் அக்கால உற்பத்திக்கும் உள்ள உறவை அறிய முடிகின்றது.

பாரியின் பறம்பு மலையில் உழவர்கள் உழுது பயிரிடாமல் விளையும் நான்கு விளைபொருள்களில் வள்ளிக் கிழங்கு ஒன்றாகக் குறிப்பிடப்படுகிறது.

மலை வாழ்நர் தவறு புரிந்தால் அவர்களுடைய சிறுகுடியில் வள்ளிக்கிழங்கு விளையாது, மலையில் தேனீ கூடு கட்டாது எனக் கலித்தொகை குறிப்பிடுகின்றது.

3. வேட்டைச்சமூகம்

மனித குலம் இயற்கைத் தாவரங்களையும் காய்கனிகளையும், கிழங்குகளையும் உட்கொண்ட தொடக்கநிலை வாழ்நிலையில் கைகளை மட்டுமல்ல கரடுமுரடான கற்களையும் மரக்கிளைகளையும் பயன்படுத்தியதை அறியமுடிகின்றது. வேட்டைக்கான உணவு தேடுதலுக்கு அதனை அவர்கள் பயன்படுத்தும் அறிவு வேட்டையில் விலங்கினங்களை உணவாக வாழ்வை உருவாக்கியது. நீரில் வாழும் உயிரினங்களும் காட்டின் விலங்கினங்களும் நெருப்பின் பயன்பாட்டின் உதவியினால் முக்கிய உணவாக மீனும் இறைச்சியும் மாந்தர்கள் புசித்தனர்.

காடு தன் வளத்தால் மனிதகுலத்தின் தேவையை நிறைவு செய்வதைத் தாய்வழிச் சமூகத்தில் கண்ட தமிழர்கள் காட்டைப் பெண் தெய்வமாக உருவகப்படுத்தியதைப் பண்டைய தமிழிலக்கியங்கள் பதிவு செய்துள்ளது.

காடுகாள், கானமர் செல்வி, காடுகிழாள், காடமர் செல்வி எனச் சுட்டுகின்றன. செல்வம் என்றாலே செழிப்பு என்ற பொருள் தோன்றுகிறது. காட்டில் உறைபவளாகக் காடுகாள், பெண்ணின் இளம் பருவ வனப்பைக் குறிக்கும் சொல்லால் காடமர்ச்செல்வி எனப் போற்றப்பட்டாள். தாய்வழிச் சமூகத்தில் மனிதகுலம் வேட்டைச் சமூகமாக வளர்ந்தது. ஆணும் பெண்களும் வேட்டையில் ஈடுபட்டனர் ஆண்களைவிட பெண், அதாவது தாயானவள் குழந்தைகளுக்கு உணவு அளிப்பது இயற்கையான தாய்மை உணர்வு. அவளைத் தமிழிலக்கியம் பாய்கலைப்பாவை என்று குறிப்பிடுகின்றது.

பண்டைக்கால மக்களினம் பற்றி வாழ்வு ஆய்வு செய்யும் தொல்லியலாளர்கள் குகைகளில் மான் எலும்புகள் நிறைந்து காணப்படுவதைக் குறிப்பிட்டு, வேட்டைச் சமூகத்தில் மான் இறைச்சி முக்கிய வேட்டை உணவாக இருந்துள்ளதை உறுதி செய்கிறார்கள். வேட்டையில் பாய்ந்து ஓடி தப்பிக்கும் ஆற்றல் கொண்ட கலைமான் பண்டைய தமிழர்களின் வேட்டைச் சமூகத்தில் வேட்டையாடப்படும் விலங்கினமாக விருப்பத்தில் இருந்ததைத் தொன்மமாகப் பாய்கலைப் பாவை எனப் பதிவுசெய்துள்ளது புலப்படுகின்றது. வேட்டையில் வெற்றிக்குரியவளாகக் கொற்றவை இன்றுவரை அறியப்படுகிறாள். பல்லவர் கால கொற்றவை உருவங்கள் மானோடு இணைத்து காணக் கிடக்கின்றன.

வேட்டைச் சமூகத்தில் பெண்களும் ஆண்களும் வேட்டையாடினர். பங்கிட்டு உண்டனர். ஆபத்தில்லா விலங்குகளும் தாயை இழந்த கன்றுகளும் தாய்வழிச் சமூகத்தில் பராமரிப்புப் பணியாகப் பெண்களுக்குக் கூடுதல் பணியானது. தன் குழந்தைகளைப் போல் பெண்கள் கால்நடை வளர்ப்பில் ஈடுபட்டனர். இதனால் ஆண்கள் வேட்டைத் தொழிலில் முன்னணி பெறத் தொடங்கினர். ஆணின் ஆயுதம் தரித்த மரபில் பெண் வகித்த தலைமையிடத்தில் ஆணும் இடம்பெறத் தொடங்கினான். இனக் குழுவின் பாதுகாப்புக்கு ஆணின் வீரமும் தியாகமும் அவசியமாகிறது.

ஆண்மை தோன்ற ஆடவர்   (புறம் 242)

படையமைத் தெழுந்த பெரும் சேய் ஆடவர்   (அகம்)

என்ற பாடல் வரிகள் ஆடவர் என்பது வீரர் என்ற பொருளில் பயனுக்கு வருகிறது.

அழகு என்பது ஆணுக்கு வீரம் என்ற பொருளில் இனக் குழுத் தலைவன் 'முருகு' என்று அழைக்கப்பட்டான். மலை, காடுகளில் வேட்டையாடி காட்டு வளங்களின் நுகர்வுக்குரியவனாக இனக்குழுத் தலைவன் முருகு எனத் தமிழிலக்கியம் (நற்றிணை) கூறுகின்றது. காட்டில் உறையும் தாய்தெய்வமான கொற்றவையின் மகனாகத் தாயுரிமை சமூகத்தின் அடையாளமாக நற்றிணை கொற்றவைச் சிறுவ... என அறிமுகப்படுத்துகிறது.

முருகு புணர்த்தியன்று வள்ளிப்போல... என்ற நற்றிணைப் பாடல் வரிகள் கொற்றவையின் மகன் மற்றொரு தாய் தெய்வமான வள்ளியை மனைவியாகக் கொண்டதாகக் கூறுகின்றது. தாய்வழிச் சமூகத்தின் பண்புகளை இப்பாடல் மூலம் அக்கால சமூக வாழ்வு அறியப் படுகின்றது.

4. குறிஞ்சி நில வாழ்க்கை

மலை மற்றும் காடு சூழ்ந்த பகுதிகளில் வாழ்ந்த பழங்குடி மக்களை கானவர், புனவர், குறவர் எனப் பழந்தமிழ் இலக்கியங்கள் அடையாளப்படுத்துகின்றன. இரும்பின் பயன்பாடு தென்னிந்தியாவில் கி.மு. 5 ஆம் நூற்றாண்டு என ஆய்வாளர்கள் கூறுகின்றனர். மலையும் மலைசார்ந்த குறிஞ்சி மற்றும் காடும் காட்டைச் சார்ந்த முல்லை நிலப் பகுதிகளில் காடுகளை அழித்து விளைநிலங்கள் உருவாக்குவதற்கும் சிறு தோட்ட வேலைக்கும் இரும்பு பயன்படுத்தப்பட்டுள்ளதை அகநானூறு 9394) குறுந்தொகை (221) பாடல்கள் தெரிவிக்கின்றன.

வேட்டையாடிய கானக்குறவர்கள் மலைச் சாரலில் மரங்களையும் புதர்களையும் நெருப்புமூட்டி விளநிலம் ஆக்கியதை அகப்பாடல் (140) பதிவு செய்துள்ளது.

வெப்புள் விளைந்த வேங்கைச் செஞ்சுவற்
கார்ப்பெயல் கலித்த பெரும்பாட்டு ஈரத்துப்
பூமி மயங்கப் பல உழுதி வித்தி

என்ற (புறம்-120) பாடல் மழை பெய்த நிலத்தில் அதன் ஈரம் உலரும் முன்னரே உழுதுவிட வேண்டும் என எண்ணுபவர்களைப் பற்றி குறிப்பிட்டுள்ளது. மழை பெய்தவுடன் உழுது தினை விதைத்தார்கள் (குறுந்தொகை 82). தினையோடு அவரை பயிரிட்டனர் (ஐங்குறுநூறு=286) தினை ஐவனநெல் போன்றவை கதிர்கள் விடுகிறபோது, பகலில் மேய வந்த கிளி மற்றும் குருவிகளைப் பெண்கள் பரணில் ஏறி தட்டையை அடித்து விரட்டினார்கள் (ஐங்-286). கதிர்களை மேய வந்த யானைகளை விரட்டுவதற்கு ஆண்கள் பரண்மீது புலித்தோலைக் கட்டினார்கள், விளைச்சலை மேயவந்த காட்டுப்பன்றி முதலியவைகளை வேட்டை யாடினர். வேங்கை பூக்கின்ற காலத்தை திணை அறுவடைக் காலமாகக் கருதினார்கள். வேங்கை பூத்துவிட்டால் பனி தொடங்கிவிடும் என்பதை உணர்ந்தார்கள். திணை அறுவடையின்போது பறவைகளை விரட்டுவதற்கு தொண்டகப்பறை அடித்தார்கள்.

விளைந்த கதிர்களை அறுவடை செய்ய உரிய நேரத்தை அறிய, இரவில் மின்மினி ஒளியால் வானத்தில் மேகத்தின் ஓட்டத்தைக் கவனித்தார்கள் (நற்-44) ஆண்கள் திணையை அறுத்துக்கொண்டு வர பெண்கள் அதைக் காயவைத்து வீட்டில் சேமித்தார்கள், விளைச்சலுக்காக

மழைவேண்டி மலைமேல் சென்று பலி கொடுத்து, நீர் வளாவி வழிப்பட்டனர் (நற்-165).

இனக்குழுத் தலைவனைப் புகழ்ந்தும் வீறுகொள்வதற்கும் பாடி ஆடிய ஆட்டம் குரவைக் கூத்தாகும் (கலித்தொகை-39) இந்த ஆட்டத்தை முருகுவைப் புகழ்ந்து முருகுவின் கோபத்தினால் மழை இல்லாமலிருப்பதாகக் கருதியும் ஆடினர்.

செந்தினையை நீரோடு கலந்துதூவி வழிபாடு செய்தனர்
மலையில் உறையும் சாமிக்கு வேட்டையில் குறி
தவறாமல் பலி கொடுத்தனர் (நற்-165)

விளைச்சல் இல்லாத காலங்களில் வேட்டை நாய்கள் கொண்டு காடுகளில் மான்களை வேட்டையாடினர். வேட்டையாடி வந்த குறவர்கள், முற்றத்தில் அமர்ந்து ஆண்கள் பலாச்சுளையில் வடித்த கள்ளைக் குடித்து, இறைச்சியைத் தீயிலிட்டு சுட்டுத்தின்றார்கள் (அக-172), வீட்டின் முன் பலா மரங்களை வளர்த்தார்கள், பலாக் கனிகளைக் குரங்கிடமிருந்து காப்பாற்ற வலைகட்டினார்கள் (குறுந்தொகை-342), பலாக்கனி கவர வந்த யானைகளைக் கணை, கிணைப்பறை, கவன்கள், சீழ்க்கை ஒலி, தீப்பந்தம் கொண்டு ஊரே விரட்டியது.

மிகுதியான இறைச்சியை குறவர் வீட்டு மக்கள் பாறைகளில் காயவைத்து சேமித்து வைத்தார்கள்.

மேற்கண்ட இலக்கியச் செய்திகள் பண்டைக் கால சமூகம் உணவு தேடும் நாடோடி நிலையிலிருந்து மாறி, உணவு உற்பத்தியில் ஈடுபடத் தொடங்கியதை உணர்த்துகிறது. அதுமட்டுமல்ல தமிழ்ச் சமூகம் ஒரே இடத்தில் குடும்பங்களாகத் தங்கி வாழக் கற்றுக்கொண்டதையும் காட்டுகின்றது. தொடக்க கால வேட்டையிலும் பயிர்த்தொழிலிலும் இணைந்த குடும்பங்கள் கூட்டுக் குடும்பங்களாக அருகருகே வசித்தனர். அதனைச் சிறுகுடி, பாடி, சேரி என்றழைத்தனர். இச்சமூகச் சூழலை சமூக விஞ்ஞான அறிஞர்கள் புராதன பொதுவுடமைச் சமூகம் தமிழர்கள் மத்தியில் இருந்ததைச் சுட்டிக்காட்டுவர். ஆணும் பெண்ணும் தங்கள் துறையில் முன்னணியில் இருந்தனர். பொதுவில் உற்பத்தி செய்து பயன்பட்டவையெல்லாம் பொதுச் சொத்தாக இருந்தது.

கூட்டுக் குடும்பங்கள் குலங்களாகவும், இனக்குழுவாகவும் அறியப்பட்டன. இனக்குழு மக்கள் தலைவன், மறவர் பெருமகன், கோவலர் வீரன், புன் புலத்து வேளோன் என அறியப்பட்டான். இனக்குழுவோடு தொடர்புடைய இவர்கள் தங்களை மக்களிடமிருந்து

பிரித்துக்கொண்டதில்லை. அதுபோலவே கலைஞர்களையும் வேறுபாடின்றி ஒன்றாகப் பகிர்ந்துண்டு மகிழ்ந்ததை இலக்கியங்கள் சுட்டுகின்றன. கடையெழு வள்ளல்களாகத் தமிழிலக்கியம் போற்றும் இனக்குழுத் தலைவர்கள், பாணர், பொருநர், கூத்தர், விறலியர் போன்ற கலைஞர்களை ஆதரித்தனர். அவர்களோடு மது அருந்தியும், உணவு உண்டும், ஆடிப்பாடி களித்தும் வாழ்ந்தனர்.

5. முல்லை நில வாழ்க்கை

காட்டில் திரிந்த மிருகங்களைத் தன்வயப்படுத்தி வீட்டிற்குக் கொண்டுவந்து கொட்டிலில் அடைத்து வளர்த்தபோது அது, இனவிருத்தி செய்வதைக் கண்ட பண்டைய சமூகம், கால்நடைகளை வளர்க்கத் தொடங்கியது. காட்டில் மாடுகளை வேட்டையாடுவதை வீட்டில் அவை கன்றும் பாலும் வழங்கியது உணர்ந்தனர். சில கூட்டுக் குடும்பங்கள் கால்நடைகள் வளர்ப்பைத் தங்களின் முக்கிய தொழிலாகக் கொண்டனர். கால்நடைகள் உணவாகவும், போக்குவரத்து சாதனங் களாகவும், தோல், எலும்பு தரும் மூலப்பொருளாகவும் பயன்படத் தொடங்கியது. இதனால் கால்நடைகள் செல்வம் என்ற மதிப்பு மிக்கதாக உருவானதை புறநானூற்றுப் பாடல்கள் *(388, 399)* தெரிவிக்கின்றன.

வேட்டைத் தொழிலிலிருந்து சில குழுக்கள் கால்நடை வளர்ப்புக்குப் பிரிந்தன. இந்த இனக்குழுக்களை கோவலர், அண்டர், ஆயர் எனப் பழந்தமிழ் இலக்கியங்கள் அடையாளம் இடுகின்றன.

வீட்டு முற்றங்களில் இவர்கள் எருமை, பசு, வெள்ளாடு போன்ற வற்றை வளர்த்தார்கள். கால்நடைகளை மேய்க்க ஓட்டிச் செல்லும் போது, மாடுகளின் கழுத்தில் மூங்கில் குழாய்களில் புளி சாதத்தை அடைத்துத் தொங்கவிட்டு, காட்டில் சென்று தின்றார்கள் (அகம்-311). காடுகளில் தங்கி கல் அடுப்பில் தீமுட்டி சுனைநீரில் வரகரிசியைப் பானையில் இட்டு சாதம் வடித்து, பாலோடு உண்டார்கள் (அகம் 393). சிலர் ஈசலை நெய்யோடு சேர்த்து உணவாக்கி உண்டார்கள் (அகம் 393).

ஆயர் (இடையர்) கால்நடை மந்தையைத் தம் சீழ்க்கை ஒலியால் ஒழுங்குபடுத்தினர். வண்டு துளைத்த மூங்கிலில் காற்று வெளி வரும் ஓசையைக்கேட்டு புல்லாங்குழல் இசையாக்கி, கால்நடைகளை மேய்ச்சலில் கவனித்தனர்.

கால்நடைகளுக்காகப் புல் வளர்ப்பது, சிறு தானியங்கள் வளர்ப்பதுமாக பயிர்த்தொழில் வளர்ந்தது. கால்நடை வளர்ப்பில் பெருக்கம் ஏற்பட்டு செல்வ மதிப்பு பெற்றதால், பண்ட மாற்றுப் பொருளாகவும், பரிசுப்பொருளாகவும் உருவாகியது.

மனிதகுல வரலாற்றில் இதுவரை அனைத்தும் பொது என்று இருந்த சூழல் மாறி, கால்நடைகளும் அதன் செல்வங்களும் வளர்ப்பவர்கள் என்ற ஒரு பிரிவினர்க்குச் சொந்தம் என்ற தனியுடமை சமூகத்தில் தோன்றியது. இது, சமூக பண்பாட்டுத் தளத்தில் இருவித போக்குகளை விளைவித்தது. இதனை தமிழிலக்கியம் பதிவு செய்துள்ளது.

தண்ணுமை என்ற பறையை எழுப்பி எயினர், வேடர் என்ற வேட்டையில் ஈடுபட்ட மக்கள், பசுக்களையும் கால்நடைகளையும் கொள்ளையடித்தனர் (அகம்-63), கொள்ளையடித்த பசுவை வெட்டி வேப்பமரத்திலிருக்கும் (பால் சுரக்கும் மரம் - தாய்தெய்வம் - காடுகாள்) சாமிக்கு இரத்தத்தைத் தூவி வழிபட்டு, அதன் இறைச்சியை சுட்டோ வேகவைத்தோ உண்டனர். (அகம்309)

தங்களின் உடமையாகிப்போன கால்நடைகளை எயினர்களிட மிருந்தும், வேடர்களிடமிருந்தும், மேய்ச்சலின்போது வழிதவறாமல் காக்கும் இனக்குழுத் தலைவனின் வீரம் எதிரிக்கு அச்சமூட்டும் வகையில் இருப்பதால் கருப்பசாமி என்றனர். இருண்ட கானகத்திற்குரியன் கரிய நிறம் உடையவன் என்ற பொருளில் மாயோன் என்று அழைக்கப் பட்டான். தொல்காப்பியம் அதனை வழிமொழிகிறது.

வேட்டைச் சமூகத்தின் தொடக்க காலத்தில் காடுகாள், கானமர்ச் செல்வி என்ற தாய் தெய்வம் இருந்த நிலையில் ஆணின் ஆற்றல் வேட்டைத்தொழிலில் முன்னணி வகித்த சமூகச் சூழலில் முருகு நுகர்வுக்குரியவனாகி காடுகளின் மகனாகக் கூறப்பட்டான். தாய்வழி மரபுரிமையும், தாய்வழி சொத்துரிமையும் இதில் குறிப்பிடுகின்றது.

பொதுநுகர்வு என்ற சமூக நிலையிலிருந்து தனியுடமை தோன்றிய சமூகத்தில் மாயோன் (கருப்பசாமி) என்ற ஆண் தெய்வம் காடுறை உலகு என்று சொத்துரிமையோடு குறிப்பிடப்படுவது கவனிக்கத்தக்கது.

நாடோடியாக விலங்கினம் போல் அலைந்து திரிந்து உணவு தின்று வாழ்ந்த காலத்தில் மனிதகுலம் வரைமுறையற்ற புணர்ச்சியில் ஈடுபட்டு வாழ்ந்தது. கூட்டமாக வாழக் கற்றுக்கொண்ட பிறகு, இரத்த உறவு முறையில் ஒன்றிணைந்தது. பின்னர் இரத்தக் கலப்பு குழுவாக மாறியது குழு மணத்தில் மேன்மேலும் சில நூறு தடைகள், உறவுகள் மணத் தடைகள் அதிகரித்ததால், இணை மண முறை தோன்றியது. இதில் பெண்ணானவள் விரும்பியவனையே தலைவனாகக் கொண்டாள் இதற்கு அன்புடை நெஞ்சங்கள் கலந்த காதல் உணர்வு அடிப்படையாக

இருந்தது (வள்ளி - முருகு காதல் இணைக்கப்பட்ட சமூகத் தொன்மை). இதனால் நீண்ட காலத்திற்கோ குறுகிய காலத்திற்கோ ஆணுக்கும் பெண்ணுக்கும் இணை வாழ்க்கை இருந்தது.

கால் நடை வளர்ப்பு சமூகத்தில் ஈட்டிய செல்வம் ஆணின் உடமையாகின்றது. கால்நடைகளை ஆண் பழக்கி மந்தையாக மேய்ந்தான். பண்டமாற்றுச் செய்தான். அதனால் பெற்ற பயனும் அவனுக்கு உடமையாகிறது. கால்நடை வளர்ப்புப் பணியில் பெண் பங்களித்தாலும் உயிர் வாழ்வதற்கு வேண்டிய ஆணின் உழைப்பில் பெண் ஒப்பிடுகையில் சமூகத்தில் முக்கியத்துவத்தை இழந்தவளாக ஆணின் உடமைச் சமூகம் கருதியது. இச்சூழலில் தான் மாயோன் மேய காடுறை உலகு என்று கூறப்பட்டது.

உடமை சமூகத்தின் வளர்ச்சி ஆண்வழிமரபு உரிமையும், தந்தை வழி வாரிசுரிமையும் சமூகத்தில் உருவாகியது. ஆணின் உடமையாக்கப்பட்ட கால்நடைச் செல்வம் விரிவாகியபோது, சமூகத்தில் அச் செல்வத்தைக் கவர்வதில் பூசலும் போரும், நட்பும் தோன்றியது. பல்வேறு கூட்டுக் குடும்பங்கள் இணைந்து கூட்டுச் சமூகமாக உயர்ந்தது.

ஆநிரை கவர்தலும், மீட்டலும், போருக்குரிய தலையாய காரணங்களாயின. போர்கள் ஆடவர் தொழிலாயிற்று. இளையோரும், முதியோரும் போர் செய்தார்கள். போரில் கவர்ந்த ஆநிரைகளை தலைவன் அனைவருக்கும் பகிர்ந்து கொடுத்தான். ஆனால், போரில் பிடிபட்ட கைதிகளை என்ன செய்வது என்ற நிலை தோன்றியது. பின்னர், கால்நடைகளைப் பராமரிக்க அடிமையாக அமர்த்தப்பட்டனர்.

செல்வப்பெருக்கின் காரணமாக மாறிப்போன வாழ்க்கைமுறையின் காரணமாகவும் தனியுடமையுடன் ஆணின் தந்தையுரிமை சமூகத்தில் பெண்ணை இழிநிலைக்குத் தள்ளியது. வீட்டில் ஆணின் பிடி இருகியது. பெண் ஆணின் உடலின்ப வேட்டைக்கு உரியவளானாள்; குழந்தைகளைப் பெற்றெடுக்கும் சாதனமானாள்.

குடும்ப வடிவம் இணைமணம் என்ற நிலையிலிருந்து ஒருதார மணத்திற்கு மாறியது. மனைவியின் விசுவாசத்தை உறுதிப்படுத்து வதற்காக ஆணின் பரிபூரண அதிகாரத்தின் கீழ் பெண் வைக்கப் பட்டாள். ஆணின் செல்வம் தன் சொந்த குழந்தைகளுக்குச் சேர வேண்டும் என்ற விருப்பத்திலிருந்துதான் ஒருதார மணம் தோன்றியதை உணரலாம்.

6. மருத நில வாழ்க்கை

கால்நடைகளுக்குத் தானியங்கள் வளர்க்கத் தொடங்கிய சமூகம் இரும்பின் பயன்பாட்டினால் வேளாண்மையை விரிவாக்கியது. ஆதிச்சநல்லூர், புதுக்கோட்டை அருகிலுள்ள அன்ன வாசல், பழனி, சேலம், பழைய வட- தென்னார்க்காடு மாவட்ட பகுதிகளில் அகழ்வாராய்ச்சிகள் செய்தபோது, இரும்பினால் செய்யப்பட்ட கத்திகள், தீட்டிய அம்புகள், சிறு கோடரி, கதிர் அரிவாள்கள், உளி, கைப்பிடியுள்ள வாள், இருமுனை வாள். இரும்புத்தூண்டில், நீள் கைப்பிடி கரண்டி, மரம் செதுக்கும் கருவிகள் ஆகியவை கண்டு பிடிக்கப்பட்டன.

பெரிய காட்டில் அலைந்துதிரிந்து வேட்டையாடிச் சேகரிக்கும் பொருளை விடவும் கால்நடைகளை மேய்த்துத் திரிந்து அதன் மூலம் கிடைக்கும் உற்பத்திப் பொருள்களை விடவும், இரும்பின் பயன்பாட்டில் உழுது பெற்ற உற்பத்தியில் ஒரே இடத்தில் நிறைய பொருள்கள் கிடைத்தன. வேளாண்மைப் பொருள்கள் குறிப்பிட்ட காலத்திற்கு மட்டுமே இருந்ததாலும் இரும்பின் பயன்பாட்டில் கைவினைஞர்களின் ஆற்றலால் உற்பத்தியும் அதிகரித்தது. ஆதலால் மக்கள் வேறு தொழிலைச் செய்ய அவகாசம் கிடைத்தது. சமவெளிப் பகுதிகள் (மருத) நிலங்களாக மாறத் தொடங்கின. வேளாண்மை தமக்கு தேவையான கைவினைத் தொழில்களையும் தோற்றுவித்தது.

உற்பத்தியில் தொடர்ந்து நடந்த மாற்றங்கள் உழைப்பு சக்தியைப் பெருக்கியது. நீர்ப்பாசன நெறிமுறைகள் தோன்றி நிலம் நன்கு செழுமை அடைவதால் நதி ஓரங்களில் உற்பத்தி பெருகியது. புதிய உற்பத்திச் சாதனமான நிலங்களைக் கொள்ளையடிப்பதற்காகவே போர்கள் நடைபெறத்தொடங்கின.

விளைநிலங்கள் உடைய குடும்பத்துப் போர் வீரர்கள் குடிகளையும், நிலங்களையும் போர்களிலிருந்து காப்பதற்கான தொழிலை மேற்கொண்டனர். தந்தையுரிமைச் சமூகம் ஒரே குடும்பத்திலிருந்து வாரிசைத் தோற்றுவித்தது. கால்நடை, வளமான நிலம் போன்ற உடமைகள் உடைய குடும்பங்கள் தன் சொத்துக்களை வாரிசுகளுக்கு மாற்றியது. கூடவே அடிமைகளும் வாரிசுகளுக்கு மாற்றப்பட்டனர். தமது செல்வத்தினால் பலம் பெற்ற குடும்பங்கள்

ஒன்றுசேரத் தொடங்கின. இதனால் உழைப்பவன், உழைப்பில் ஈடுபடாமல் உற்பத்தியை அனுபவிப்பன் என்ற இருபிரிவுகள் தோன்றின.

இரத்தக் கலப்பு உறுப்பினர்களை மைய அச்சாகக் கொண்டு இயங்கிய கூட்டுக் குடும்ப சமுதாயங்கள் (குலங்கள்) நிலத்தை அடிப்படையாகக் கொண்டு பிரதேச முறையில் ஒன்றிணைந்தன.

நில இணைப்பிற்காகவும், நில ஆக்கிரமிப்புக்காகவும், நீர் வளத்திற்காகவும் போர்கள் நடந்த செய்திகளை இலக்கியங்கள் நன்கு பறைசாற்றுகின்றன.

ஓவியர், ஆவியர், அதியர், படிவர், வழுதியர், இளையர், பழையர், கொங்கர், கழாஅர், புலியர், சென்னி, கிள்ளி, ஆதன் எல்லி, செழியன், உதியர், பஞ்சவர், கவுரியர், மறவோர், வில்லோர் என்ற கூட்டுக் குடும்ப சமுதாயங்கள், இனக்குழுத் தலைவர்களின் தலைமையில் போர்களில் ஈடுபட்ட செய்திகள் கிடைக்கின்றன. இனக்குழுத் தலைவர்களைச் சீறூர் மன்னர்கள் என்று இலக்கியங்கள் கூறுகின்றன.

குலச்சமூகமாக வாழ்ந்த சமுதாயத்தில் மக்கள் தங்களுக்குள் வேறுபாடுகள் வரும்போது, ஒரு மன்றத்தில் கூடி, தத்தம் வேறுபாடுகளைப் பேசிக் களைந்துகொண்டனர். இத்தகைய நிலை மாறத் தொடங்கியது. ஆய், ஆயர், இளையர், எயினர், அருவாளர், மறுவர், குறும்பர், வேளியர், வில்லாளர், பழையர் இன்னோரன்ன பிறர் தம்முள் முட்டிமோதிக் கொண்டனர். இம்முரண்பாடுகளை ஆராயும்போது பல தகவல்கள் கிடைக்கின்றன.

இரும்பின் பயன்பாடு அதிகரித்ததன் விளைவாக வேளாண்மை வளர்ச்சியடைந்தது. வேளாண்மையின் பயன்பாட்டிற்கான கைத்தொழில் வளர்ந்து கருவிகள் உருவாயின. கருவிகளின் பயன்பாட்டினால் காடுகள் அழிக்கப்பட்டன, நீர் வரத்துக்கான வாய்க்கால்கள் தோண்டப்பட்டன, ஏராளமான தரிசுநிலங்கள் விளைநிலங்களாயின.

ஆதிச்சநல்லூர், கொடுமணல், பொருந்தல் போன்ற அகழ்வாய்வுகளில் நெல், கரும்பு பயிரிட்டதற்கான தொல்லியல் சின்னங்கள் பானைகளில் கிடைக்கின்றன. நெல்லும் கரும்பும் விளைவது உழுது பயிடும் வேளாண்மைப் பொருளாதாரத்தை உயர்த்துவதாகும்.

வேளாண்மையும், அதற்குத் தேவையான கருவிகளுக்கான கைத் தொழிலும் அன்றைய சமூகத்தில் பிரிவினையை ஏற்படுத்தியது. வேட்டைத்தொழில், கால்நடை வளர்ப்பு, வேளாண்மை, கைத்தொழில்

ஆகிய வகையினால் மக்களின் வாழ்வியல் வளமை பெருத்த வேறுபாடுகளைக் கண்டது. எல்லோரும் சுயேச்சையாகப் பேசி விவாதித்து முடிவெடுக்கும் நாள் மகிழ் இருக்கைப் (புறம்-*324,330*) பதிலாக அண்டை அயலாரைக் கொள்ளையடிக்கும் எண்ணம் எழுந்தது.

வளமான நிலத்திற்காகவும், கால்நடைகள், அடிமைகள் போன்ற செல்வத்திற்காகவும் பல்வேறு குலங்கள் தங்களுக்குள் போரிட்டுக் கொண்டன. இப்போர்களை நடத்திய தலைவர்கள் அன்றைய சமூகத்தின் தலைவர்கள் ஆனார்கள்.

சிதறிக்கிடந்த கூட்டுக் குடும்ப சமுதாயங்கள் ஒன்றுடன் ஒன்று மோதியதால் சில உயர்ந்தன, சில அழிந்தன, சில அடக்கப்பட்டன. ஒன்றின் கீழ் ஒன்று கொணரப்பட்டது அல்லது துணையாக்கப்பட்டது. இரத்தக் கலப்பு உறவினர்களைக் கொண்ட கூட்டுச் சமுதாய இனங்கள் போர்களின் விளைவால் பிற இரத்தக் கலப்பு இனத்தவர்களோடு இணைக்கப்பட்டுப் பிரதேச முறையில் அடையாளம் காணப்பட்டனர்.

தலைவர்களின் நெருங்கிய செழும்பல் குடிகள் பிரிவினரிடமிருந்து பொறுக்கி எடுத்த உரிமைச் சுற்றம் உருவானது. நிலத்தை அடிப்படையாகக் கொண்டு நடந்த இப்போர்களின் விளைவால் இடத்தை அடிப்படையாகக் கொண்ட உணர்வு ஆரம்பித்தது. இதுவரை கூட்டுக் குடும்ப சமுதாயத்தின் தலைவர்களைப் பற்றி குறிப்பிடாத பழந்தமிழ் இலக்கியங்கள், இப்போது சிறப்பு விகுதிகளை வழங்கி கூறத் தொடங்கியது. இடத்தை (பிரதேசம்) அடிப்படையாகக் கொண்டு உருவான தலைவரை வம்பவேந்தர் என்று இலக்கியங்கள் கூறுகின்றன. வம்பவேந்தர் என்பது புதியதாகத் தோன்றியவர்கள் என்று பொருள். இவர்கள் முரசு வெண்கொற்றக்குடை, அடையாளப் பூ போன்றவற்றைப் பெற்றவர்கள் எனவும் தெரிவிக்கின்றது. பண்டைய கூட்டுச் குடும்ப சமுதாயத் தலைவர்களைவிட சிலர் பெற்ற அரசியல் உயர்வைக் குறிக்கின்றது.

பிரதேசமுறை உருவாகி, வேந்தர்கள் உருவாகிய பிறகே தமிழ், தமிழ்நாடு என்ற சொல்லோடு கூடிய உணர்வுகளைப் பண்டைய இலக்கியங்கள் வழங்குகின்றன.

தமிழ்கெழுகூடல் தண்கோல்வேந்தே...
தமிழ்தலைமயங்கிய தலையாலங்கானம்...

என புறநானூற்றுப் பாடல் வரிகள் காட்டுகின்றன.

முந்தைய சமூகத்தின் செல்வமான மாடுகளைக் கவர்வதற்காகவே ஆரம்பித்த சண்டை தற்போது நாடுபிடி சண்டையாக மாறியது. செல்வம், புகழ், அதிகாரம், சிறப்பு, செல்வாக்கு ஆகிய அனைத்துக்கும் அடிப்படையாக இப்போர்கள் விளங்கியதால், இதுவரையிருந்த உலகியல் நிலைமைகள் பெரிதும் மாறக்கூடிய அளவில் வாழ்வியல் மாறியது.

மக்கள் சமூகம் ஒவ்வொரு காலத்திலும் பயன்படுத்தியதாக இருக்கக்கூடிய போர்க்கருவிகளை (சங்கு, சக்கரம், கதை, வாள், வில்-ஐம்படைத்தாலி) ஆபரணங்களாக குழந்தைகளுக்கு அணிவித்தனர் (புறம்-77).

போர் என்றாலே மறவர்கள் பெரும் ஆரவாரத்தோடு ஈடுபடு கிறார்கள். போரை விரும்பி எதிர்நோக்கும் சிவந்த கண்களுடைய வீரர்கள் பற்றி அகப்பாடல் (157) தெரிவிக்கின்றது.

தன் தலைவன் ஈடுபட்டு வெற்றி பெறுவதற்காகப் போர்கள் ஏற்பட வேண்டும் என மகளிர் விரும்பினர் (புறம்-306) பெண், தம் தந்தையும் கணவனும் நெடுநாள் போர்களிலே செத்துமடிந்த பின்னாலும் தன் ஒரே மகனுக்கு வெள்ளுடை உடுத்தி வேல் கை கொடுத்து அனுப்புவதாகப் புறப்பாடல் (279) பறைசாற்றுகிறது.

தன் மகன் போரில் புறமுதுகு காட்டாது மார்பில் புண் ஏற்று விழுப்புண்ணோடு வீழ்ந்ததைக் கண்டு களிப்படைந்த "வாடு முலையிலும் பால் சுரந்த" தாய் என பழந்தமிழ் இலக்கியம் (புறம்295) காட்சியாய்க் காட்டுகிறது.

வேல் கைக்கொண்டு போர்க்களத்திற்குள் புகுந்து தம் திறம் காட்டும் வீரர்களுக்கு, வேந்தர்கள் பரிசாகத் தம் கொள்ளைப் பொருள்களைக் கொடுக்கும் வழக்கம் இருந்தது. நிலமே பரிசாக வழங்கப்பட்டதில் முதன்மையாக உள்ளதை (புறப்பாடல்கள் 287, 297-மலைபடுகடாம் 86, 89) அறிய முடிகிறது.

அடுதலும் தொலைதலும் புதுவன்று இவ்
வுலகத்தியற்கை   (புறம்-76)

போர்க்கால சூழலை விளக்கும் குரலாக வீரயுகப் பாடல் மூலம் தமிழிலக்கியம் சான்று கூறுகின்றது.

ஈன்று புறந்தருதல் எந்தலைக்கடனே
சான்றோனாக்குதல் தந்தைக்குக் கடனே

வேல்வடித்துக் கொடுத்தல் கொல்லர்க்கு கடனே
நன்னடை நல்கல் வேந்தர்க்கு கடனே
ஒளிருவாள் அருஞ்சமம் முருக்கிக்
களிறெறிந்து பெயர்தல் காளைக்கு கடனே (புறம்-312)

என்ற பாடல் வீர உணர்வை ஊட்டுவது, சான்றோனாக்குவது என்பன வற்றை சமூகக் கடமையாக அறிவிக்கின்றது. வெற்றி பெற்ற தலைவர்கள் தங்களை நிலைநிறுத்திக்கொள்ளும் பொருட்டு தோல்வியுற்ற மக்கள் ஆயுதங்களை வைத்திருக்க விரும்பவில்லை. அவர்களை நிராயுதபாணி ஆக்குகின்றனர். பின்னர், ஆளும் பிரிவினர்க்கு சேவை செய்வதைத் தொழிலாகக் கொண்ட படை வீரர்களாக நியமனம் செய்யப்பட்டதைப் புறப்பாடல்கள் தெரிவிக்கின்றன.

சமவெளிப் பகுதியில் நீர்வளமிக்க நிலங்கள் நன் செய் (மென்புலம்) எனப்படும். இவை மக்களின் தலைவனான வேந்தனுக்குச் சொந்தமாக இருந்தது.

நன்செய் நிலத்திற்காகப் போரிடும் சமவெளிப் பகுதியில் போரில் வீரர்கள் முன்னால் இரண்டு வழிகள்தான் உண்டு. ஒன்று எதிரியை அழித்தல், மற்றொன்று தோல்வி அடைதல். அதாவது தானே அழிந்து போதல். எனவே, சுயப்பாதுகாப்பு முன்னிருத்தப்படாது தியாகமே முன்னிருத்தப்பட்டது.

இச்சமூக அடித்தளத்தில் மேட்டுக் குடியினர் பயனடைந்தனர். இச்சமூக அடித்தளம் காப்பனை, தலைவனைத் தெய்வமாக உருவகப் படுத்தினர் (புறம்-56).

முருகன் சீற்றத்து உருகெழுகுரிசில் (புறம்-161)

பண்டைய சமூகத்தின் இனக்குழுத் தலைவன் வேந்தனாக வளர்ச்சி பெற்று தெய்வமாக சமூகத்திற்கு உணர்த்தப்படுகிறான்.

மருதநிலக் கடவுள் வேந்தன் என தொல்காப்பியம் கூறுகிறது. வேந்தன் என்பதற்கு அரசன், இந்திரன், திங்கள், சூரியன், பிரஸ்கபதி என்று பொருள் கொள்ளப்படுகிறது. சங்க இலக்கியப் பாடல்களில் வேந்தன் என்ற சொல் 61 இடங்களில் வருகின்றது. ஓர் இடத்திலும் அது இந்திரனைச் சுட்டவில்லை; வேதமரபில் மதிப்பிறக்கம் செய்யப் பட்ட இந்திரன் சமண, பௌத்த மரபுகளில் நீடித்ததை இது உணர்த்துகிறது.

7. நெய்தல் நில வாழ்க்கை

மலையருவியிலும், காட்டாற்றிலும், நதியோரங்களிலும் ஏரி, குளம், வெட்டி வளம் பெருக்கி வாழக் கற்றுக்கொண்ட மக்கள், மீன் வேட்டையிலும் நீர் விளைபொருள்களை அறிந்ததும் அலைமோதும் கடல் மீது அவர்களின் உழைப்பைச் செலுத்தியது நாகரிக உலகத்திற்கு நுழைவாயிலைக் காட்டியது. கூட்டுக் குடும்ப சமூகச் சூழல் காலத்தில் கடலில் மிதவை (கட்டுமரம்) செலுத்திக் கடல் வேட்டைக்குப் புறப்பட்டிருக்க முடியும். ஏனென்றால் இப்பணிக்கு பலரின் ஒத்துழைப்பு தேவை.

தமிழகக் கடலோரம் வாழ்ந்த மீன்பிடி மக்களைப் பரதவர்கள், வலைஞர்கள் என்றும் உப்புக் காய்ச்சி தொழில் புரிந்தவர்களை உமணர்கள் என்றும் இலக்கியங்கள் காட்டுகின்றன. புல்லால் வேயப்பட்ட குடிசைகளில் வாழ்ந்த பரதவர்கள், பன ஓலைகளால் வேலி அமைத்திருந்தனர். மணல் மிகுந்த அவர்களது தெருக்களில்நீர் சூழப்பட்டியிருந்தது. கள் வடித்து சிந்திய நீர் சேறாகியிருந்தது. பரதவர்கள் கடலில் வேட்டையாடிய மீன்களைக் கூறுபோட்டு விற்றார்கள், பசித்தவர்களுக்கு வழங்கினார்கள் (அகம் 30). விற்பது போக எஞ்சிய மீன்களைப் பெண்கள் காயவைத்து கருவாடாக்கி சேமித்தார்கள். கடல்வாழ் உயிரினங்களால் இனப்பெருக்கத்தின் கூறுகளைக் கொண்ட பண்டைய மக்கள், கடலைத் தாயாகவே கருதினார்கள். கடல்கெழுச் செல்வி, கடல் அணங்கு என அதனை இலக்கியங்கள் குறிப்பிடுகின்றன. கடல் விளைபொருள்கள் விளைவு வேண்டி கடலில் கள் ஊற்றியும், சினைச் சுறாவின் கொம்பை நட்டும் கையுறைகள்-காணிக்கைகள் நட்டும் வழிபட்டனர்.

கடலுக்குச் சென்ற தம் குடும்பத்தினர் நலமுடன் ஊர் திரும்ப வேண்டும் என பரதவப் பெண்கள் பலிதூவி வழிபாடு செய்தனர். பனை மரத்தில் தொன்றுதொட்டு கடவுள் உறைவதாக நம்பிக்கை கொண்டனர். கடலில் தொழில் மேற்கொள்பவர்கள் கரை திரும்ப தடம் மாறாமல் இருக்க பனைமரம் இருப்பு அடையாளமாக இருந்ததால் மக்களிடம் இந்நம்பிக்கை தோன்றியிருக்கலாம்.

குன்று போலக் குவிக்கப்பட்ட உப்பு மற்ற பகுதிகளுக்குக் கொண்டு சென்று விற்று உமணர்கள் நெல்லைப் பெற்ற செய்தி

"நெல்லின் நேரே வெண்கல் உப்பு" என்ற அகப்பாடல் (140, 390) தெரிவிக்கின்றது. பல்வேறு போர்ச் செய்திகளைக் குறிக்கும் பழந்தமிழ் பாடல்கள் உப்பு விளைச்சல் தரும் உப்பங்கழிகளுக்காகப் போரிட்ட தகவல் எதுவும் குறிப்பிடவில்லை. அக்காலத்தில் உப்பும் மீனும் செல்வ மதிப்புள்ள பொருளாக இல்லை என்பதை இது உணர்த்துகிறது.

பரதவர்கள், வலைஞர்களும் படிப்படியாக முத்துக்குளிப்பவர் களாகவும் கடலோடிகளாகவும் திகழ்ந்ததை இலக்கியங்கள் காட்டு கின்றன. கடலில் ஏற்படும் பருவ மாற்றங்கள் அறிதல், கடல் பணிகள் வருகை, கடல் வணிகம் என வளர்ச்சியைப் பழந்தமிழ் இலக்கியங்கள் காட்டுகின்றன. தெற்குத் திசையிலிருந்து குதிரைகளையும் வடதிசை பொருள்களையும் கொண்டுவரும் கப்பல்கள் சூழ்ந்த துறைமுக நகர வளர்ச்சியினையும் விவரிக்கின்றன.

புகார், கொற்கை, மாமல்லபுரம், அரிக்கமேடு, குமரி, முசிறி போன்ற கடல் வாணிப நகரங்களில் யவனர் வருகை பற்றிய இலக்கியச் செய்திகளும் தொல்லியல் சான்றுகளும், வெளிநாட்டுப் பயணிகள் குறிப்புகளும் முற்கால வர்த்தகம் பற்றி சான்று கூறுகின்றன. யவனர்கள் என்ற சொல் வெளிநாட்டினரையும் அவர்களுடைய வணிக நடவடிக்கையையும் குறிக்கும் பொதுச் சொல்லாக ஆய்வாளர்கள் குறிப்பிடுகின்றனர். ஆனாலும் ரோமானிய தடயங்கள் மிகுந்து காணப்படுவதை அறிய முடிகின்றது.

தொல்காப்பியம் நெய்தல் திணைக்குரிய தெய்வமாக வருணனை குறிப்பிடுகிறது. வர்ணனை மழைக்குரியவனாகவும் கடலுக்குரியவனாகவும் புராணங்கள் குறிப்பிடுகின்றன. வணிகர்களைச் சார்ந்து வந்த சமண, பௌத்த, பார்ப்பனீய புராண மரபு, சமய ஆதிக்க வருகை இதனை உணர்த்துகிறது.

8. பாலை நில வாழ்க்கை

குறிஞ்சி, முல்லை, மருதம், நெய்தல் என்ற நானிலத்தில் தமிழர்கள் பரவி வாழ்ந்த சமூகச்சூழலில் அடைந்த மாற்றங்களுக்கு எது காரணியாக இருந்தது என்ற நிலையில், பாலைநில வாழ்க்கையைப் பற்றி நாம் காணலாம். பாலை என்பதற்கு தமிழகத்தில் தனி நிலம் இல்லை. முதுவேனிற்காலத்தில் (ஆனி, ஆடி) வறண்ட குறிஞ்சியும், முல்லையுமே பாலை என்பார்கள்.

ஒடுங்காடு, வறண்ட பூமி, வெயில் வாட்டும் மலைப்பகுதி போன்ற இடங்களில் வாழ்பவர்களை மழவர், மறவர், வேடர், கள்வர், எயினர் என்றும் இலக்கியங்கள் சுட்டுகின்றன. இவர்களுடைய குடிசைகள் ஈத்து (ஈச்ச) இலைகளால் வேயப்பட்டிருந்தன. குடிசையின் முற்றத்தில் பந்தல் போட்டிருந்தார்கள். பந்தக்காலில் வேட்டை நாய்கள் கட்டப்பட்டிருந்தன. இவர்களுடைய குடியிருப்புகள் பாக்கம், குறும்பூர் என்று அழைக்கப்பட்டன. எயினக் குறும்புகளைச் சுற்றி உயிர்வேலி அமைத்திருந்தார்கள் என பெரும்பாணாற்றுப்படை கூறுகிறது.

உற்பத்தியில் ஈடுபடாமல் உணவு சேகரித்தும், வேட்டையாடியும் வாழ்ந்து வந்த பழங்குடி சமூகமாக இவர்கள் வாழ்ந்தனர். வேட்டைத் தொழிலோடு கொள்ளையடிப்பதையும் இவர்கள் மேற்கொண்டதைப் பழந்தமிழ் இலக்கியங்கள் குறிப்பிடுகின்றன. எயினப் பெண்கள் கரடிகள் விரும்பித் தின்னும் இலுப்பைப் பூக்களை மூங்கில் குழாய்களில் சேகரித்து, குன்று பக்கமிருந்த ஊர்களில் விற்றார்கள். எயிற்றியர்கள் ஆமான் கறியைச் சுட்டு, புளி கலந்து சோறு சமைத்தார்கள் என சிறுபாணாற்றுப்படை கூறுகின்றது. இவர்கள், கரம்பை நிலத்தில் உளியை வைத்து புல்லரசியைச் சேகரித்து விளாமர நிழலில், நில உரலில் இட்டு உலக்கையால் அரிசி குத்திப் புடைத்து, ஊற்றுத் தண்ணீரால் உலையேற்றி அரிசிச் சோறு சமைத்தார்கள். வெயிலில் காயவைத்த கறியைக் குழம்பாக்கி, தேக்கிலையில் பறிமாறினார்கள் என சிறுபாணாற்றுப்படை விவரிக்கின்றது.

இரவில் கூட்டமாகப் புறப்பட்டுப் போய் போர் புரிந்து, மாடுகளைக் கவர்ந்து வந்த எயினர்கள், தமக்குள் பசுக்கறியை அறுத்துப் பங்கிட்டுக்

கொண்டனர். இவர்களை அத்தக்கள்வர், ஆறலைக் கள்வர், வேட்டவக் கள்வர் என்று வேடர்களை திருடர்களாக உடமைச் சமூகம் எண்ணியதை தமிழிலக்கியம் கூறுகின்றது. வேட்டையில் வெற்றி தரும் ஆற்றலுக்கு கொற்றவை என்ற தாய்தெய்வத்தை எயினர் வணங்கினர். பழங்குடி மக்களின் தாய்வழிச் சமூக பண்பாட்டை இது வெளிப்படுத்துகிறது. காடுறை தெய்வமான காடுகாள் வேட்டையில் வெற்றி தருபவளாக கொற்றவையாக மாற்றப்பட்டாள். காட்டில் பொதுவில் இருந்த விலங்கினங்கள், சில சமூகத்தின் உடமையாக்கப்பட்ட சூழலில் வேடர்களின் வேட்டைத் தொழிலில் அவை பறிக்கப்பட்டதைக் களவாடுதலாக இலக்கியங்களில் புலவர் மரபு பதிவுசெய்தது.

வேளாண் பகுதியில் முடியாட்சி செய்த மன்னர்களுக்கு இவர்களின் தாக்குதல் பெரும் இடையூறாக இருந்தது. வேடர் குழுக்கள் வேகமாக இடம்பெயர்வதிலும், போரிடுவதிலும், மிகுந்த ஆற்றல் பெற்றிருந்ததையொட்டி இச்சமூகத்தின் இனக்குழுத் தலைவர்களைத் தன்வசப்படுத்தி, தங்களாளுமையில் படைத்தலைவர்களாக ஆக்கிக் கொண்டார்கள். இந்த வேடர்களிலிருந்து குலமுறையாக அரசனுக்கு போரிட மறவர்கள் உருவானார்கள். எயினர்கள், இதுவரை தம் சமூகத்திற்காக வேட்டைக்கோ கொள்ளைக்கோ சென்று கிடைத்ததைப் பங்கிட்டு வாழ்ந்த நிலையிலிருந்து மாறி, அரசனுக்காக வேற்று நாட்டு பசுக்கூட்டத்தைக் கவர்ந்து வரத் தொடங்கினார்கள்.

இனக்குழு வாழ்க்கையில் இவர்களின் செயலை கள்வர் என்று பதிவுசெய்த இலக்கியம், ஆளும் அரசனுக்கு செய்தபோது வாள் குடிப்பிறந்த மறவர் என்று புகழுகின்றது.

அரசனுக்காகப் போரிட்டு உயிர் துறப்பதுதான் இவர்களுடைய வாழ்வின் இலட்சியம் என்ற போர்க்கால பண்பாட்டு உணர்வு வளர்க்கப்பட்டது. இப்படிப்பட்டவர்களை மறக்குடி வீரர்கள் என்று மன்னர்கள் மரியாதை தந்து சிறப்பித்தார்கள் - முடி வேந்தர்கள் படையில் இருந்த வீரர்கள் போரில் முன்னின்று இறந்துபோனால் அவர்களின் நினைவாக நடுகல் வைத்து வழிபட்டார்கள்.

நடுகல் மஞ்சள் நீரால் நீராட்டம் செய்யப்பட்டு, மஞ்சள் தடவி கரந்தை மாலை சூடி வழிபடப்பட்டது (அகம் 269). நடுகல்லுக்கு நெல் தூவி வழிபட்டனர் (புறம்-335). வேலையும் கேடயத்தையும் ஊன்றி வைத்தனர். (பட்டினப்பாலை) மயில்தோகை அணிவித்து, கள்

மற்றும் செம்மறி ஆட்டின் இறைச்சியையும் வைத்துப் படையலிட்டனர் (புறம்-232).

அயிரை மலையில் இருந்த கொற்றவை வீரர்களுடைய உயிர் நிலையில் (மார்பில்) இருந்து வழியும் இரத்தத்தைப் பலியாக அளிக்கப்பட வேண்டும். அவ்வாறு அளிக்கப்படாவிட்டால் வேடர்களின் படையலை ஏற்றுக்கொள்ள மாட்டாள் என்று பதிற்றுப்பத்து பாடல் தெரிவிக்கின்றது.

பொருளதிகாரம்

வரலாற்றுக்கு முற்பட்ட ஆதிக்காலம் விலங்கின வாழ்க்கை நிலையிலிருந்து இயற்கையோடு இணைந்து, மனிதகுலம் வாழ்ந்து நாடோடியாக சுற்றித்திரிந்து, கூட்டமாக வாழத்தெரிந்து, குடும்பமாக உருவாகி மரம், கற்கள் கருவிகளைப் பயன்படுத்தி, இருப்பிடம் தேர்ந்தெடுத்து இனக்குழுவாக வளர்ந்து, குலங்களாக மாறி வேட்டை மற்றும் பயிர்த்தொழில் கண்டு, கால்நடை வளர்த்து, வேளாண்மை பெருக்கி, திணைக்குடி வாழ்க்கையில் மொழி அறிவு பெற்று, பிரதேச அளவில் தமிழர் பெற்ற வளர்ச்சியை இலக்கியம், பண்பாடு தொல்லியல் தடயங்களோடு அறிந்தோம்.

சங்க இலக்கியம் என்ற பழந்தமிழ் இலக்கியம் தோன்றிய காலப் பரப்பு நீண்ட இடைவெளி உடையது. இதனை மானிட ஆய்வாளர்கள் வகுத்த சமூக விஞ்ஞானப் பார்வையில் பல அறிஞர்கள் விளக்கியுள்ளனர்.

மக்கள் வாழ்வை அகம், புறம் என்று பிரிக்கும் இலக்கிய மரபு தொல்காப்பியத்தில் விளக்கப்படுகிறது. அது, வாழ்க்கையின் கருப் பொருளாக ஐவகை நிலங்களுக்குரிய தெய்வம், மக்கள், உணவு, விலங்கு, பறவை, ஊர், நீர் நிலை, பூ, மரம், பறை, யாழ், பண், தொழில் ஆகியவற்றைக் குறிப்பிடுகிறது. இதன் பட்டியல் இணைப்பைக் காண்போம்.

திணை	குறிஞ்சி	முல்லை	மருதம்	நெய்தல்	பாலை
தெய்வம்	முருகன்	திருமால்	இந்திரன்	வருணன்	கொற்றவை
மக்கள்	குறவன்,குறத்தி	இடையர், இடைச்சியர்	உழவர், உழத்தியர்	பரதர், பரத்தியர்	எயினர், எயிற்றியர்
உணவு	மலைநெல், தினை	வரகு,சாமை	செந்நெல், வெண்ணெல்	மீன், உப்பு விற்றுப் பெற்றவை	வழிப்பறி செய்தன, சூறை கொண்டன
ஊர்	சிறுகுடி	பாடி, சேரி	ஊர்கள்	பட்டினம், பாக்கம்	பறந்தலை, குறும்பு
நீர்	சுனை நீர்	காட்டாறு	ஆறு, பொய்கை	மணல்கிணறு, உவர்க்குழிநீர்	கூவல்,வற்றிய சுனை
மரம்	வேங்கை, அகில்	கொன்றை, குருந்தம்	வஞ்சி, மருதம்	புன்னை, ஞாழல்	இருப்பை, பாலை
பூ	குறிஞ்சி	முல்லை, பிடவு	கழுநீர், தாமரை	நெய்தல், தாழை	மரா, குரா
பறவை	கிளி, மயில்	காட்டுக்கோழி, சேவல்	நீர்க்கோழி, நாரை	அன்னம், கடற்காகம்	கழுகு,பருந்து
விலங்கு	புலி, கரடி	பசு, முயல்	எருமை, நீர்நாய்	உப்பு சுமக்கும் எருது, சுறா	வலிவற்ற யானை, புலி
பறை	தொண்டகம்	ஏறுகோட்பறை	மணமுழவு	மீன்கோட்பறை	நிரைகோட்பறை
யாழ்	குறிஞ்சியாழ்	முல்லையாழ்	மருதயாழ்	நெய்தல்யாழ்	பாலையாழ்
பண்	குறிஞ்சிப்பண்	சாதாரிப்பண்	மருதப்பண்	செவ்வழிப்பண்	பஞ்சுரப்பண்
தொழில்	தினை அகழ்தல், வெறியாடல்	நிரை மேய்த்தல், களை விடுதல்	நெல்லரிதல் களை பறித்தல்	மீன் பிடித்தல், உப்பு விளைத்தல்	வழிப்பறி, சூறையா

9. அரசு உருவாக்கம்

அண்டை மக்களின் செல்வம் பிற மக்களின் பேராசையைக் கிளறிவிட்டது. போர் வாடிக்கையான தொழிலாகிவிட்டது. போரில் கொள்ளையடித்த நிலங்களையும், நன்கலங்களையும் தங்கள் இனத்தவர்களுக்கும் போர் வீரர்களுக்கும், புலவர்களுக்கும் கொடுத்தனர். இதனால் நிலத்தையே பெரிதும் சார்ந்துள்ள செல்வாக்கு மிக்க குழுக்கள் உருவெடுத்தன.

பயிர்த் தொழில் வளர்ச்சி, கால்நடைத் தொழிலையும், போர்த் தொழிலினரையும் தன் அருகிலே நிலைபெறச் செய்தது. இதனால் 'பயிர்த் தொழில் செய்பவன் உரிமை' பெற்றவன் என்ற பொருளில் கிழார் எனப்பட்டான். இவ்வாறு நிலைபெற்ற பல்வேறு தொழில் குடியினர் வாழும் ஊரில் குலத்தலைவன் (வேந்தன்) மண் கோட்டை கட்டி வாழ்ந்தான்.

> வருபடைத் தாங்கிப் பெயர்புறத்து ஆர்த்துப்
> பொருபடை தரூ உம் சொந்தமும் உழுபடை
> ஊன்றுசால் மருகில் நின்றதன் பயனே
> பகடு புறந்தருநர் பார மோம்பிக்
> குடிபுறத் தருகுவை ஆயின் நின்
> அடிபுறத் தருகுவர் அடங்கா தோரே

என்ற புறநானூற்றுப் பாடல் வேந்தனின் அச்சாணியான படைக்கே ஊன்றுகோலாக இருப்பது நில உற்பத்தியாகும். அதைச் செய்கின்ற குடிகளைக் கிழார்களைப் பாதுகாக்க வேண்டும் என்றும் அப்படி பாதுகாக்கின்றபோது தான் அரசனுக்கு வெற்றி பல கிடைக்கும் என்று கூறுகின்றது.

வெல்போர் வேந்தனோடு சென்ற நன் வயல் ஊரன் (ஐங்-450) என்ற பாடல் பெரிய முடி வேந்தர்க்கு போரில் தலைவன் துணையாகச் சென்றதால் நல்ல விளைச்சல் தரும் ஊருக்கு உரிமை உடையவனாகக் கூறுகின்றது.

உடமை என்றால் ஒரு ஊரின் விளைச்சலில் வரும் வருமானத்தில் ஒரு பகுதிக்கு உரிமையுடையவன் என்ற பொருளாகும்.

....செம்மல் மூதூர்
நுமக்கு உரித்தாகல் வேண்டின் சென்று அவற்கு
இறுக்கல் வேண்டும் நிறையே (புறம் 97)

என்ற உற்பத்தியில் ஒரு பாகத்தைக் கிழார்கள் குலத்தலைவனுக்குக் கொடுக்க வேண்டும் என்பதையும் அதற்கு திறை என்று பெயரையும் குறிப்பிடுகின்றது. இவ்வாறு உரிமை பெற்ற கிழார்களைச் "செழும்பல் குடிகள்" என இலக்கியங்கள் உயர்த்துகின்றன. இவர்கள் ஆயுதம், தேர், பாகன், குதிரை, தூது முதலானவற்றை வைத்து அனுபவிக்க உரிமை பெற்றிருந்தார்கள்.

....மடியா
வினைஞர் தந்த வெண்ணெல் வல்சி
மனைவாழ் அளகின் ஊட்டோடும்....

வெண்ணெய் அரிசிச் சோற்றைப் பெட்டைக்கோழியின் பொரியலோடு உண்ணுகின்ற வாழ்க்கை இவர்களுடைய வீட்டிற்குச் சென்றால்,

தண்தலை உழவர் தனிமனைச் சேப்பின்
தாழ்கோட் பலவின் சூழ்களைப் பெரும்பழம்
(பெரும்.பாண்.355,356)

குலைமுதிர் வாழை கூனி வெண்பழம்
திறன் அரை பெண்ணை நுங்கோடு பிறவும்
(பெரும்பாண்-359,360)

கிடைக்கும் என்ற செய்திகள் சமூகத்தின் தலை மட்டத்தில் இவர்கள் வாழ்ந்ததைக் குறிப்பிடுகின்றன.

இவர்களைத் தவிர இடைப்பட்ட விவசாயிகளைக் காண முடிகிறது. இவர்கள் பல உழவர்களை வைத்து விவசாயம் செய்தனர். இவர்கள் விளைச்சலைக் கவனித்து தலைவனுக்குரிய பாகத்தை மேற்பார்வையிட்டதை அறிய முடிகிறது. அதிகாலையிலே இவர்கள் தங்களுடைய நடுகை ஆட்களோடு வரால்மீன் குழம்பும், சோறும் உண்டனர். நீர் நிரம்பிய வயலில் நாற்று நட்டனர், வேலைக்கு விடியற்காலமே சென்று வேலை செய்த உழவர்களுக்கு கூழும் ஊறுகாயும் வழங்கப்பட்டது. வயலில் அறுவடை செய்த உழவர் களுக்காகக் குடிக்க கள் கொண்டு மாட்டு வண்டி சென்றது (அகம்116). இதை வழங்கியவர்கள் விளைச்சலில் உரிமை பூண்டவர்கள் என்ற தகவலை அறியமுடிகின்றது.

பயிர்த் தொழிலை மேற்கொண்ட குலங்கள் எண்ணிக்கையில் நாளுக்கு நாள் பெருகியது. நீரைத் தேக்கி பயன்படுத்தியதன் விளைவாக வன்புலம் மென்புலமாக மாறியது.

புன்செய் நிலமாயின் அது எவ்வளவு அகன்றதாக இருந்தாலும் பயனில்லை. அதை நீர்பாய்ச்சி நன்செய் நிலமாக மாற்றினால் பயன் விளையுமென்று (புறம்! 8) பாடல் தெரிவிக்கின்றனது. புன்செய் நன் செய் நிலமாக மாறியதைத் தொடர்ந்து, புதிய உற்பத்திக் கருவிகளும் கைத்தொழிலாக வளர்ந்தன. அந்த வளச்சிக்கு ஈடுகட்டுமளவிற்கு மற்ற உற்பத்திச் சாதனங்களும் நிலங்களும் கால்நடைகளும் உற்பத்தி சக்திகளின் மற்றொரு பிரிவான தொழிலாளிகள் போதவில்லை நிலங்களுக்கான ஆட்களையும், மாடுகளையும் கவர்வதற்கு குலங்கள் மோதிக்கொண்டன.

போரில் வென்ற குலத் தலைவர்கள் வேந்தர்களாகி வெல்லப் பட்டவர்களின் மாடுகளையும், நிலங்களையும் போர்க் கைதிகளையும் தம் படையிலிருந்த படைத் தலைவர்களுக்குக் கொடுத்தனர். போரில் தோற்றுப்போன குலத்தினரை (இவர்கள் குறிஞ்சி, முல்லை நிலங்களில் வாழ்ந்துவந்த பலவீனமான குலத்தினர்) வெற்றிபெற்ற ஊரில் குடியமர்த்தி வினைவலராக ஆக்கினர். இவர்களைக் கடைசியர், புலையர், கோடியர், துடியர், பறையர், பாணர், கடம்பர் என இலக்கியங்கள் சுட்டுகின்றன.

இவர்கள் குடியிருப்புகள் ஊருக்கு வெளியே இருந்தன. இவர்கள் குடிசைகள் வைக்கோலாலும் தென்னங்கீற்றுகளாலும் வேயப்பட்டிருந்தன. பழஞ்சோறு இவர்கள் உணவு. விடியற்காலையிலே உழைப்பு தொடங்கிவிட்டது. வெண்ணெல் அரிசி விளைவிக்கப்படும் இவர்கள், வரகரிசி சோற்றைப் புழுக்கிய அவரையோடு கலந்து உண்டனர் (பெருபாண்-192, 194).

வறுமையுள்ள அம்மக்களின் வாழ்வு நிலையைப் பற்றி

குப்பை வேளை உப்பிலி வெந்ததை
மடவோர் காட்சி நாணிக் கடையணிந்து
இரும்பேர் ஒக்கலோடு ஒருங்குடன் மிசையும் (சிறுபாண்-37,139)

என்று காட்சிப்படுத்துகிறது.

தங்களை அடிமையாக்கியவர்களை விட்டு அகலாமல் இருக்க குடியமர்த்தப்பட்டு உழைக்கத் தொடங்கிய அடிமைகளும், அவர்கள் வாரிசுகளும் அடிமையாக உழைக்கும் மரபை உண்டாக்கி பொருளாதார

சமுதாய கட்டுப்பாடுகளை உட்படுத்தினர். நிலம் தனிமனித சொத்தாயிற்று. பெரும்பாலான நிலங்கள் கிழார்களுக்குச் சொந்தமாயின. அது பரம்பரையாக அனுபவிக்கப்பட்டது. தனிக் குடும்பம் பொருளாதார மூலக்கூறு ஆயிற்று தொழில்களும் பரம்பரைத் தொழில்கள் ஆக்கப் பட்டன. இதன் விளைவாக உடமையாளர்களுக்கு நிலவுடமையும், அவர்களைச் சார்ந்து நின்று தொழில் செய்வோருக்கும் பரம்பரையிலே (பிறப்பு) வாய்த்தன.

பேரரசும் பெருஞ்சமயங்களும்

வற்றாத பெருநதியாய், அணையாத பெருவிளக்காய் நம்மோடு வாழ்ந்து வரும் தமிழ் இலக்கியம் வரலாற்றின் பக்கமெல்லாம் பின்புலமாகவும், வரலாற்று மாற்றங்களை உள்வாங்கி சாட்சியாகவும் வருகின்றது. இதனை செவ்விலக்கியம் என்று உலகம் குறிப்பிடுகிறது.

குறவர், வேடர், பரதவர், உமணர், ஆயர், முதலான பழங்குடிகள் தங்களிடமிருந்த உபரியைத் தேவை கருதி மற்றவர்களுக்குக் கொடுத்து அவர்களிடமிருந்து தங்களிடம் இல்லாததைப் பெற்றதை அறிந்தோம் திணை வாழ்க்கையில் கிடைக்கக்கூடிய வளங்கள் பண்டமாற்று பரிவர்த்தனையாக உள்ளதைக் கூறும் பழந்தமிழ்ப் பாடலில் தலைவன் பொருளீட்ட சென்றவன் திரும்பி வரும் நாளை எதிர்பார்க்கும் தலைவியின் நிலையினையும், யவனர்களின் வணிகப் பயணம் பற்றியும் அரசனுக்கு இணையாக வணிகர் பெற்ற உயர்வைப் பற்றியும் இலக்கியம், பயணக் குறிப்புகள் தொல்லியல் தடயங்கள், கல்வெட்டு, காப்பியச் செய்திகள் மூலம் அக்கால சமூகம் பற்றி அறிய முடிகிறது.

வேளாண் உற்பத்தியில் ஈடுபட்ட நிலக்கிழார்களும், உற்பத்திப் பொருள்களைப் பரிவர்த்தனை செய்வதில் மட்டும் ஈடுபட்ட வணிகர்களும் தமிழ்ச் சமூகத்தில் அருகருகே வாழ்ந்தனர். இவர்கள் இரு சமூகத்திற்கும் அரசனிடம் செல்வாக்கு இருந்தது. தமிழக வணிகர்கள் இங்கு இருந்துகொண்டே உற்பத்தி ஆகும் பொருள்களை வெளிநாட்டு வணிகர்களிடம் பரிவர்த்தனை செய்தார்கள். பெரும் பாலும் நேரடி வணிகத்தில் அந்நாடுகளில் சென்று ஈடுபடாமல் இடைத்தரகர்களாக இருந்துள்ளனர்.

கலம் தந்த பொற்பரிசம் (புறம்-143)

யவனர் நன்கலம் தந்த தண்கமிழ் தேறல்
பொன்செய் புனைகத்து ஏந்தி (புறம் 66)

என்ற பாடல்கள் இதனை வெளிப்படுத்துகின்றன.

உப்பு, மிளகு, நெல், மரம் போன்றவை உள்நாட்டு வணிகத்தில் முக்கிய இடம் பெற்றன. இவ்வணிகப் போக்குவரத்திற்கு வண்டிகளையும், கழுதைகளையும், எருதுகளையும், ஓடங்களையும் வணிகர்கள் பயன்படுத்தியதைப் பழந்தமிழ் பாடல்கள் காட்டுகின்றன. உற்பத்தி அதிகரிப்பும், கைத்தொழில் பெருக்கமும், வாணிப வளர்ச்சி ஆகியவற்றால் நகரங்களும் துறைமுகங்களும் உருவாயின.

வணிகர்களுடை வாழ்க்கை பெருமளவில் செல்வத்தில் திளைத்ததால் அரசியலிலும், சமூகத்திலும் செல்வாக்குப் பெற்றனர். வணிகர்கள் பொன்னிட்ட உடைவாளும், அரசனுக்குரிய வேப்பம் பூ அணியும் தகுதியைப் பெற்றனர். பாதிக்கப்பட்டவளாக இருந்தாலும் ஒரு மன்னனையே "தேரா மன்னா" என்று விளிக்கக்கூடிய அளவிற்கு வணிகரின் மகள் (கண்ணகி) இலக்கியத் தோற்றம் பெறுகிறாள்.

உள்நாட்டு வணிகக் கூட்டத்துக்கு சாத்து என்று பெயர். நிகாமா என்ற வணிகக் குழுக்கள் இருந்ததை மாங்குளம் கல்வெட்டு கூறுகின்றது. குழுவின் தலைவன் காவிதி என்ற பட்டம் பெற்றான்.

கிழக்குக் கடற்கரையில் உள்ள மயிலாப்பூர், மாமல்லபுரம், சோபட்டினம் (மரக்காணம்), அரிக்கமேடு, பூம்புகார், கொற்கை, சாலையூர் (அழகன்குளம்) குமரி மற்றும் மேற்கு கடற்கரையில் உள்ள முசிறி, கொல்கொய் போன்ற துறைமுகங்களின் வணிக நடவடிக்கைகள் வைத்து சந்தை நகரங்களாக இரண்டாம் நூற்றாண்டைச் சேர்ந்த தாலமி என்ற கிரேக்கப் பயணி தன் ஜியாகரபியா என்ற நூலில் அறிமுகம் செய்கிறார்.

மதுரை அறுவய் (துணி) வணிகர் இளவேட்டனார், மதுரை கூல (தான்ய) வணிகன் சீத்தலைச்சாத்தனார், மதுரை ஓலக்கடையத்தார் (பனை ஓலை, நகை அணி) நல்லெல்லையார், உறையுறிளம் பொன் வணிகனார், காவிரிபூம்பட்டினத்து பொன் வணிகனார், பொன்மகனார் மகன் நப்பூடனார் என பழந்தமிழ்ப் புலவர்களவர்களுடைய வர்த்தகப் பெருமையோடு குறிக்கப்பட்டனர். வணிகர்கள் தங்களுக்கான அறக் கூறுகளை வகுத்துக்கொண்டதை பட்டினப்பாலை புகழுகின்றது. வணிகர்கள் பெருவழிப் பாதைகளிலும் முக்கிய வீதிகளிலும் பயணிப்பவர்கள். வணிகர்கள் முத்து, இரத்தினம், மாணிக்கம், வைரம் என்ற ஒளிவீசும் கற்களையும், மிளகு, சந்தனம், சங்கு, துணிகள் போன்றவற்றை ஏற்றுமதி செய்தும் குதிரை, மது, பவளம், செம்பு, கண்ணாடி ஆகியவற்றை இறக்குமதியும் செய்துள்ளனர்.

அரேபியர்களும் ரோமானியர்களும் மேற்குக் கடற்கரையில் சேரநாட்டின் வழியாக தமிழகத்தின் உட்பகுதிகளில் பயணப்பட்டு பூம்புகார், கொற்கை வழியாகச் சென்றுள்ளனர். பின் குமரி வழியாக கிழக்குக் கடற்கரைத் துறைமுகங்களில் கப்பல்களை இயக்கியுள்ளனர். முக்குவர் என்ற கடலோடிகள் பெரிய கலங்களை இயக்கிய தலைவர்களாக இருந்துள்ளனர்.

பெருங்கிளை உவப்ப
ஈத்தான்று ஆனா இடனுடை வளனும்
துளங்குகுடி திருத்திய வலபடு வென்றியம் (பதிற்றுபத்து-32)

இப்பாடல் அரசனுக்கு வெற்றிதரும் படையின் இரு பணிகளைக் குறிக்கின்றது. வெளிப் பிரதேசப் பணி, உள்நாட்டுப் பணி ஆகியவற்றின் மூலம் தமக்கு விழுத்துணையாக இருக்கும் (செல்வாக்குப் பெற்ற வணிகர், வேளாளர்) குடிகளுக்கு எதிராக நடக்கும் செயல்களை ஒடுக்குவதில் அரசு இயந்திரம் தன் படைபலத்தை முடுக்கிவிட்டதாகத் தெரிவிக்கின்றது.

வில்லும் வேலும் சுழலும் கண்ணியம்
தாரும் மாலையும், தேரும் வாளும்
மன்பெரூ மரபின் ஏனோர்க்குரிய (தொல். மரபு-83)

என்ற வரிகள் வணிகரும் வேளாளரும் பெற்ற உயர்வைக் குறிக்கின்றன.

அன்ன ராயினும் இழிந்தோர்க் கில்லை என்ற பாடல் வரிகள் மக்கள் நிராயுதபாணியான செய்தியைத் தருகின்றது.

சிறு வாயில் பெரிய வாயில் இடைகழி, பெரிய மாடம் கொண்ட மாளிகைகளும், பட்டாடை உடுத்தி மகிழும் செழும்பாக்கத்து பெண்டிரையும் மென்னூல், கலிங்கம் அணிந்து திரியும் பெருநிதி வணிகனின் பெண்டிரையும் படம்பிடித்துக் காட்டும் பழந்தமிழ் இலக்கியம், "ஈரும்பேனும் கூடிக்குலாவி என் உடையில் அரசு புரிகிறது, அது வேர்வையில் நாற்றமடிக்கிறது. என் உடை வேறு நூல்கள் நுழைந்திருக்கின்ற தையல் போட்ட கிழிந்த கந்தை என்று சோகமயமான குரலையும் பதிவுசெய்துள்ளது.

இவ்வாறான வேறுபாடுகள் பெருத்துவிட்ட சமூகத்தில் மக்கள் எழுச்சியைத் தடுக்கவும், செல்வாக்கு பெற்ற குடிகளைக் காக்கவும், அரசு கருவியாக மாறுகிறது. இதனால் விழுத்துணை குடிகள் இருள் நீங்கப் பெற்றுத் திங்கள் ஒளி பெற்றதாகப் பாடல் கூறுகின்றது.

பல்வேறு விதமான சாதனங்களையும், கருவிகளையும் வைத்துக் கொண்டு உழைக்கும் மக்களின் உழைப்பைப் பயன்படுத்தி அபரிமிதமான உற்பத்தியைப் பெருக்கி, அப்பெருக்கத்தைத் தனது உடமையாக கொண்டுள்ள சக்தி வாய்ந்த வர்க்கங்களின் அப்பட்டமான, வெட்ட வெளிச்சமான சுரண்டல் முறையை கட்டிக்காக்கும் அரசாகப் பேரரசுகள் உருவெடுத்தன.

அது, தன்னை நிலைநிறுத்துவதற்காக இரு நிறுவனங்களை எல்லோருக்கும் பொதுவென முன்னிருத்தியது. ஒன்று மென்மையான தோற்றம். அறநூல்கள், தர்ம சாஸ்திரங்கள், நல்லொழுக்கக் கோட்பாடுகள். மற்றொன்று, வன்மையான தோற்றமும், செயல்பாடுகளும் கொண்ட கொலைக் கருவிகள் அடங்கிய படைகள்.

நிறுவன அரசின் ஆயுத சக்திகளைப் பராமரிக்க வேண்டி மக்கள் தன் பங்கைச் செலுத்த வரி விதிக்கப்படுகின்றது.

யானைபுக்க புலம் போல
வரன் முறையில்லாது வரிகொளாது

நெறியறிந்து இறை என்று பிசிராந்தையார் என்ற புலவர் மக்களிடம் பக்குவமாக வரி வாங்க வேண்டியதன் தன்மையைப் பாடுகிறார்.

உற்பத்தி வேளாண் சார்ந்தது. இது, நேரிடையாக மக்களைச் சுரண்டுவதை உணர்ந்த வணிக வர்க்கம் தனது நிலையை உறுதி செய்ய சமண, பௌத்த, ஆசிவக அறக்கருத்துக்களை ஆதரிக்கின்றனர். மலைத் தொடர்கள் வழியாக வணிக வழிப்பாதை அமைந்ததால் வழிகளில் வடநாட்டு துறவிகளுக்கு மழையில் ஒதுங்குவதற்கு இடம் அமைத்தனர். சமணர்களுக்குப் பள்ளி என்றும் பௌத்த துறவிகளுக்கு விகாரைகளும், ஆசிவக துறவிகளுக்கு பாழிகளையும் வணிக வர்க்கம் அமைத்து வரவேற்பு அளித்தது. வேளாண்மைப் பெருக்கத்திற்கு காடுகள் அழிப்பும் விலங்குகள் அழிப்பும் சமணம் கண்டித்தது . வணிகர்களின் செல்வகுவிப்புக்கு ஊறுவிளையாமல் பாதுகாக்க கள்ளாமை கொல்லாமை குடிமக்களுக்குப் போதித்தது. மனிதனின் துன்பங்களுக்கு நோன்பு, தவம், துறவறம் என விடையாக மக்களிடம் கூறியது.

பண்டைய பேரரசுகளின் தோற்றத்திற்கு மருதநில வளர்ச்சியும் நெய்தலின் கடல் வணிகமும் பெருகியதன் பொருளாதார அரசியல் ஒருங்கிணைப்பு மூவேந்தர் ஆட்சியாக தமிழகம் கண்டது. கடல் வணிகம் சார்ந்த நகர்ப்புறமயமாக்கத்தில் பௌத்தம் வளர்ச்சி பெற்றது

மன்னோர் பின்னர் என்ற செல்வாக்கு மிக்க குடியினரான வணிகர்களின் ஆதரவில் புத்தவிகார்கள் எழுந்தன. மருத்துவம், கல்வி போன்ற அறச் சாலைகள் வணிகர்களாலும் மன்னர்களாலும் உருவானது. பௌத்தம், எட்டு நல்லொழுக்கங்களை எடுத்துகூறி வாழ்வியலைக் காட்டியது.

வேளாண் மக்களிடம் சார்ந்து உயிர்ப் பலி தவிர்ப்பு, ஆசிவகத்தின் அறச் செயலாகப் பரவியது. மெய்க்காவல், ஊர்க்காவல் மற்றும் ஏரி, குளம், வயல் பொருளாதாம் சார்ந்த அரசியலின் பண்பாட்டு வடிவமாய் சாத்தன் வழிபாடாக அது உருவானது. சமூக ஏற்றத்தாழ்வுகள் அதிகாரம் செலுத்திய சூழலில் விதி என்ற பெயரில் நிகழ்பவற்றை அனுபவிக்கக் கூறியது.

தமிழகத்தில் அறம் பற்றிய போதனைகள் மக்களை அமைதி படுத்தும் என்று செல்வாக்குப் பெற்ற உயர் குடிகளின் ஆதரவை இவை பெற்றன. நிலம், செல்வம் அபகரிப்புக்கான போர்களையும் உடமைகளின் மீதான தாக்குதலையும் கண்ட சமூகத்தில் யாதும் ஊரே யாவரும் கேளிர் என்ற குரல் ஓங்கி ஒலித்தது. திருக்குறள் போன்ற பதினெண்கீழ்க்கணக்கு நூல்கள் உருவாகின. அறிவுசார் பறிமாற்றம் அறநூல்களை வளர்த்தது. அறுவகை சமயங்களும் உலகாயதமும் உரையாடலில் இறங்கியது. இதனை சமயக் கணக்கர் தம் திறம் காதை- என மணிமேகலை உரைக்கின்றது.

மாரிபொய்ப்பிலும் வாரி குன்றிலும்
காவலர் பழிக்கும் கன்ணகன் ஞாலம் (புறம்-35)

என்ற பாடல் இயற்கை தவறும் காலங்களில் ஏற்படும் பாதிப்பிற்கு அரசன் பொறுப்பேற்க முடியாது என்று மக்களிடையே அனுதாப உணர்வை ஆளும் வர்க்கம் ஏற்படுத்திக்கொண்டது.

வான்நின்று உலகம் வழங்கி வருதலால்
தான்அமிழ்தம் என்றுணரற் பாற்று (குறள்-11)

திருவள்ளுவர் நீரின்றமையா துலகு என மழை வழி பாட்டின் பண்பாட்டை நமக்கு காட்டுகிறார்.

மாமழை போற்றுதும், மாமழை போற்றுதும்
நாமநீர் வேலியுலகிற் கவனளிப்போல்
மேனின்று தான் சுரத்த லான்

மழையே வேண்டுதலுக்குரிய தெய்வமாக இளங்கோவடிகள் தெரிவிக்கின்றார். மழையே வேண்டடப்படும் கடவுளாக இருந்ததால் மழை வழிபாட்டை தாய்தெய்வ வழிபாடாக மக்கள் பண்பாட்டில்

நிறைந்திருந்தது. பருவம் தவறாது மழை பெய்தால் விளைச்சல் பெருகும். இதனால் ஆண்டு முழுவதும் வேலை, உணவு, மனநலம், நாட்டுநலம் ஆகியவை கிட்டும் என்ற இவ்வழிபாடு தமிழர்களின் உள்ளார்ந்த சமயமாக வளர்ந்தது. இதுவே இன்று வரை மாரி வழிபாடாகத் தொடர்கின்றது. வளர்ந்து வரும் சமூகத்தின் அச்சாணியான வேளாண் உற்பத்தி, வளமைக்கு ஆதாரமான நீரிடங்கள், தெய்வங்கள் உறையும் இடங்களாகப் போற்றப்பட்டன.

கரிகாற்சோழன் எடுத்த கல்லணைப் பணியும், பல்லவர்கள் எடுத்த ஏரிகளும், பாண்டியர்கள் எடுத்த கண்மாய்களும் பொருளாதார வலிமைக்கான நீராதார மேலாண்மைப் பணியாகும்.

வழிபாடும் - வைதீகமும்

சமூகத்தின் செழும்பல் குடியான வணிகச் சமூகம், தாம் சார்ந்த பெருஞ்சமய நிறுவனங்களின் கோயில்களுக்கும், பள்ளிச் சத்தம், தானம் என்ற பெயரில் வளமான நிலங்களை அரசர்களுடன் சேர்ந்து போட்டி போட்டுக்கொண்டு வழங்கினர். இதனால் நில உடமையாளர்கள் பொதுவில் அனுபவிக்கும் கிராம நிலங்கள் பறிபோயின. மேலும் ஏற்றுமதி இறக்குமதியில் குதிரைகள், தங்கம், இரத்தினங்கள், மது போன்ற மதிப்பு மிக்க ஆடம்பர பொருள்களுக்காகத் தரப்பட்ட அழுத்தம் உயர்குடிக்கான நுகர்வுக்கு பரிவர்த்தனையாக இருந்தது. உள்ளூர் மக்களுக்கான தேவையான பரிவர்த்தனையாக மாறவில்லை.

அதிகம் லாபம் தரக்கூடிய பரிவர்த்தனை செய்வதற்கேற்ப பொருள்களை மட்டுமே உற்பத்தி செய்யவேண்டிய அவசியம் இருந்ததனால், நிலவுரிமை பெற்ற கிழார்களுக்கு உற்பத்தியில் அவ்வளவு கட்டுப்பாடு இல்லாமல் போயிற்று. உழவு, கைத்தொழில் ஆகியவை வணிகர்களினால் பின்னுக்குத் தள்ளப்பட்டன. இதனால் வணிகர்களுக்கும், வேளாளர்களுக்கும் சமூக முரண்பாடு எழுந்தது.

வணிக வர்க்கத்தின் சமூக மேலாதிக்கத்தின் இலாப நோக்கமும், பரிவர்த்தனை சிந்தனையும் உணவுப்பொருள் உற்பத்தி, விவாசாயம், கைத்தொழில் என உள்ளூர் வாழ்க்கைக்குத் தேவையான பொருளுற்பத்தியில் அவர்கள் அக்கறை காட்டவில்லை என்பதனையும், சிலப்பதிகார காப்பியம் கண்ணகி, கோவலன் மதுரைப் பயணக் காட்சியாகவும் மணிமேகலை காப்பியம் அட்சயபாத்திரம் சித்திரிப்பும் இலக்கியக் காட்சியில் அறியமுடிகிறது.

பிராகிருதம், பாலி மொழிகளோடு இயங்கிய சமணத் துறவிகள் சமஸ்கிருத மொழியைப் பின் ஏற்றார்கள். மதுரைக்காஞ்சி சமணப் பள்ளிகளும், சமஸ்கிருதம் பேசும் அந்தணர்களும் அருகருகே இருந்ததைத் தெரிவிக்கின்றது. பல்வேறு சமய அறிஞர்கள் தத்தம் கருத்துக்களை சமயக் கொடிகள் ஊன்றி வாதிட்டு விமர்சித்துக் கொண்டனர் (பட்டினப்பாலை (99-101). சிறுகுடியினர் கண்ணகியைத் தெய்வமாக ஏற்றுகொள்ள குறமகள் கோரிக்கை எழுப்புகிறாள். துறவு நிலை என்பதை வற்புறுத்திய சமணம், பௌத்தம், ஆசிவகம் முதலியவைக்கு மாற்றாக யாகம் என்ற வேள்விச் சடங்கில் தானங்களைப் பெற்று சுகமாக வாழும் அந்தணர்கள், சமய தளத்தில் உருவானார்கள்.

அந்தணர்கள் வேத வேள்வியை இவர்கள் மன்னர்களிடத்தில் அறிமுகப்படுத்தியதைக் காணமுடிகிறது. பௌத்தம் மீது அந்தணர்கள் விரோதமுடன் இருந்ததை மணிமேகலை காப்பியம் ஆபுத்திரன், கௌசிகன் கதைகளிலும் அறியமுடிகிறது. அதேபோல் சமண மதத்தைக் கண்டித்து குண்டலகேசி என்ற காப்பியத்தை பௌத்தர்களும், சமணர்கள் பௌத்த மதத்தைக் கண்டித்து நீலகேசி என்ற நூலையும் படைத்துள்ளது மதப்பூசல் ஏற்பட்டதைக் காட்டுகிறது.

‘தைநீராடல்’ என்ற தமிழ் மக்களின் மரபுக்கு வெளியே இருந்த அந்தணர்கள், வேள்வித் தீ வளர்த்து வேத மரபுக்குரிய புரிநூல் அணிந்து பலியினை நீருக்கு சடங்காக அளிக்கின்றனர். ஆனால், ஆற்றில் நீராடி வரும் பெண்கள் கரையில் வேள்வித்தீயை, ஈர ஆடை உலர்த்தும் தீயெனக் கொள்வதையும் அந்தணர் கேலிப்பொருள் ஆவதையும் பரிபாடல் காட்டுகிறது. இதுவரை தமிழ் மக்களிடம் இருந்த சமய மரபுகள் புதிய வேதமரபுகளும் முரண்படும் காட்சிகள் பரிபாடலில் எங்கும் விரிந்து செல்கிறது. வேத சடங்குக் காட்சிகளைத் தனிக் காட்சி களாகவும் நாட்டார் மரபு சமூக நிகழ்வாக மக்கள் கலாச்சாரமாகவும் பரிபாடல் காட்சிப்படுத்துகிறது.

இனக்குழு தொன்மங்கள் சமயத் தொன்மங்கலாக மாற்றம் பெற்றதும் சமணம் பௌத்தம், வைதீகம் இடையே போட்டி ஏற்பட்டதை சமண பௌத்த காப்பியங்களும் அதைத் தொடர்ந்து வைதீக புராணங்களும் தெரிவிக்கின்றன. ஔவையார், கண்ணகி, மணிமேகலை தொன்ம மரபுகளாக அவைகள் காணப்படுகின்றன. குறிஞ்சி, முல்லை இடங்களில் இல்லாத வேத மரபு, மருத நிலத்தில் அந்தணர்களின் சமயம் சார்ந்த நடவடிக்கைகள் பரிபாடல் காலத்திற்கு அறிய முடிகின்றது. அவை பழந்தமிழ் சமூகத்தில் உயர்குடி தொடர்பு உடையதாக இருந்தது. அந்தணர்களின் புருஷசுக்தம் கூறும் பிராமணர்,

ஷத்திரியர், வைசியர், சூத்திரர் என்ற பிரிவு சங்க இலக்கியத்திலோ-தொல்காப்பியத்திலோ இல்லாத ஒன்று. தொல்காப்பியம் குறிப்பிடும் மேலோர், கீழோர், உயர்ந்தோர், தாழ்ந்தோர், ஏனோர் போன்றவைகள் அக்காலத்திய சமூக ஏற்றத்தாழ்வுகள் உருவாகிவிட்டதைக் காட்டுகிறது.

தொல்காப்பியம் குறிப்பிடும் அந்தணர் வேள்விச் சடங்கு சார்ந்தவர்களாகவும், அரசவை சார்ந்தவர்களாகவும் அறியமுடிகின்றது.

தமிழ்ப் பண்பாடு பிற பண்பாடுகளுடனான உறவு வழியாகப் பெற்றதும் அளித்ததும் அதிகம். அந்த வகையில் பாலி, பிராகிருதம், யவனம், சீனம், திபெத்தியம், சமஸ்கிருதம் முதலிய மொழிகளோடு கொடுக்கல் வாங்கல் நடந்தது, வரலாற்றுபூர்வமான சமூகத்தின் பண்பாட்டுத் தேவையை ஒட்டி ஏற்பட்டது.

தமிழ் மொழியின் வரலாற்றில் சமய ஆதிக்கத்தின் அடையாளமாக சமண, பௌத்த, பல்லவ ஆட்சியாளர்களின் கல்வெட்டுக்களில் பாலியும், பிராகிருதமும், சமஸ்கிருதமும், தமிழி எழுத்துக்கள் உள்ளதை ஆய்வாளர்கள் காட்டுகின்றனர். மொழியின் வரலாறு சொல் பயன்பாட்டில் பிற மொழி கலப்புத் தன்மையைக் கொண்டதை முதலாவதாக, விளங்கிக்கொள்ளலாம். இரண்டாவது அரசவையிலும், புலவர் மத்தியிலும் சமயச் சடங்கிலும் பயன்படும் மொழியாக சமஸ்கிருதம் நீடித்ததை தமிழ் எப்படி எதிர்கொண்டது என்பதை பக்தி இலக்கியங்கள் காட்டுகின்றன.

மொழியின் உருவாக்கத்தில் பல திசைமொழிகளையும், மொழி பெயர் தேயத்து சொற்களையும் தனது சொந்த மொழியில் ஏற்றுக் கொண்டதாலேயே தமிழ் வலிமை கூடியது. இதன் காரணமாகவே இயற்சொல், திரிச் சொல், திசைச் சொல், வடச்சொல் என்ற நான்கையும் தனது இலக்கணத்தில் தொல்காப்பியம் ஒருங்கிணைத்தது. மக்கள் பேசும் உயிருள்ள மொழியிலே இயற்சொல் பெறப்பட்டது. மருதநில வட்டாரச் சொற்களே இயற்சொல்லில் இடம்பெற்றன. இயற்சொல்லில் அடிப்படையில் பிற சொற்களை தொல்காப்பியம் ஒருங்கிணைத்தது.

தமிழ் வணிகர்களின் செல்வாக்கு, அடுத்து வேளாண் சமூகம் சந்தைக்கான உற்பத்தி என்ற நிலையால் முரண்பாடுகளை சமூகத்தில் எழுப்பியது. இந்நிலையில் ரோமானியப் பேரரசு வீழ்ச்சி வணிக உறவு பெரும் பாதிப்பு அடைந்தது. இதனால் பொருளாதாரம் பலம் குன்றி தமிழகத்தின் முற்கால பேரரசுகள் வீழ்ந்தன.

வேளாண் தொழில் சார்ந்த வேளாளர்கள் தங்களிடமிருந்து சமயப் போர்வையில் பறிக்கப்பட்ட நிலங்களைக் கவர்ந்தனர் வணிகம் சார்ந்த சமண, பௌத்த, ஆசிவக சமயத்தினரின் செல்வாக்கு மீது தாக்குதல் தொடங்கினர்.

அவரைஓடத்தொடர்ந்து துரத்தற்பின்
பின்னும் பாழிப்பள்ளி பறித்து

என்று பெரியபுராணம் பெருமையோடு கூறுகின்றது.

வேளாளர்களின் பொருளாதார குரோதத்தின் எதிரொலிகள் தான் இந்தச் செயல்கள் என்பது புலனாகின்றது. வேளாளர்கள் உற்பத்தியில் தாங்கள் இழந்த கட்டுப்பாட்டை நிலைநிறுத்த வேண்டுமென்ற பொருளாதார உண்மையும் சமய பிடிக்குள் இருக்கும் அரசர்களையும் குறுநிலத் தலைவர்களையும் அதிலிருந்து விடுவித்து, தங்கள் செல்வாக்கு மண்டலத்துக்குள் கொண்டு வரவேண்டும் என்ற அரசியல் அவசியம் உண்டாயின. இதற்கு வணிகர்களின் கருணையில் வாழ்ந்த கைவினைஞர்கள் உட்பட, சமூகத்தின் சகல மட்டங்களிலும் வாழும் மக்கட் பிரிவினரை ஒரு கொடியின் கீழ் ஒன்றிணைத்தனர், 'பற்றமாக்கள்'. இதுவரை பட்டிமன்றம் ஏறித் தங்கள் முரண்பாடுகளைத் தீர்த்துக்கொண்டதற்கு மாறாக 'செற்றமும்கலாமும்' செய்யும் நிலைக்கு வந்தனர். அனல் வாதம், புனல் வாதம் ஆகியவற்றால் தங்கள் கருத்து முரண்களை பாடுகளைத் தீர்க்க முனைந்து முடிவில் கழுவேற்றங்களால் தீர்த்துக் கொண்டனர்'' பாண்டிய நாட்டில் சமணர்கள் கழுவேற்றிக் கொல்லப் பட்டதற்கு பிற்காலத்தில் திருவிளையாடல் புராணமும், தக்கையாகப் பரணியும் இலக்கியச் சான்றுகள் தருகின்றது.

முக்கி நால் முரண் ரோதியக் குண்டிகை
தூக்கி நார்குலம் தூரறுந்தே

திருப்பழையூரில் அரசன் சமணர்கள் மீது யானைகளை ஏற்றி அழிக்கிற தேவாரப் பாடல் செய்தியும் சூழலை விளக்குகின்றது.

அன்பே சிவம் என பிற்காலத்தில் பேசப்பட்ட சைவ சமயம் தமிழக வரலாற்றில் அதுகாரும் நடந்திராத கொடூரங்களை வேளாண் வர்க்கத்தின் கோபமாக வெளிப்படுத்தியது. வேளாண் தொழிலை இழிவாகக் கருதி வேதமரபு இந்த அதிர்ச்சியில் இருந்து தன்னை தற்காத்துக்கொள்ளும் நிகழ்வாக நிறம் மாறிக்கொண்டது வணிக வர்க்கத்தின் மீதான தாக்குதலை வரவேற்றது. சமண, பௌத்த சமயங்கள் வேதமரபுக்கு எதிராகத் தோன்றியவை என்பதால் வேளாண் உயர்குடியிடம் தமது வழிபாட்டுச் சடங்கு உரிமையைப் பரவலாக்கியது.

பெண்ணகத்து எழில் சாக்கியப்பேய் அமண்
தெண்ணற் கற்பழிக்கத் திருவள்ளமே
என்ற ஞானசம்பந்தனின் குரலும்
....தலையை ஆங்கே
அறுப்பதே கருமங்கண்டாய் அரங்கமா நகரு லானே"

என்ற தொண்டரடிப்பொடியாழ்வார் பாடலும் கொடுஞ்செயலுக்கு இறைவனை உட்படுத்தும் மதச் சண்டையின் உச்சத்தைக் காட்டுகிறது.

பொருளாதார அடித்தளத்தின் மேலுள்ள இலக்கியம், மொழித் தத்துவம், சமயம் முதலிய அம்சங்கள் வணிகருக்கு எதிரான போராட்டத்தை சமணருக்கு எதிரான போராட்டமாக மாற்றின. சேரவாரும் செகத்தீரே என்று அனைவரையும் ஒன்றித்தனர். நாயன்மார்களும் ஆழ்வார்களும் தமிழுக்கு காதல், வீரம் ஆகிய தன்மைகளுக்கு அடுத்து பக்தி தன்மையையும் கொடுக்கின்றனர். அதனை சமூகத்தின் விளிம்பு நிலையில் இருந்து தொடங்கி வைத்தவராக காரைக்காலம்மையார் பாடல்கள் உணர்த்துகின்றன.

"தவம் மல்கும் தமிழ்"
"தவம் விளங்கும் தமிழ்"

என்றெல்லாம் தமிழ் தெய்வத் தன்மை கொடுக்கப்பட்டது.

சைவத்தின் வேளாண் உடமை சார்ந்த சிந்தனைகளை ஏற்றுக் கொண்டவர்கள் இறைவனை ஈசுவரன் என்றும் கோயிலை ஈச்சுவரம் என்றும் குறிப்பிட்டார்கள்.

தமிழகத் தொல் குடிமக்களின் இனக்குழு மரபில் போற்றப்பட்ட தெய்வங்களை சைவம் தன்னுள் இழுத்துக்கொண்டதற்கு அப்பரின் பாடல் வரிகள் சான்று கூறுகின்றன.

செல்வியைப் பாகங்கொண்டார் சேந்தனை மகனாக் கொண்டார்
மண்ணினை உண்டபாயன் தன்னையோர் பாகங் கொண்டார்

என்று பாடுகிறார் (கச்சிமேல் தனித்திருப்பதிகம்).

தாய்தெய்வமான செல்வி, முருகன், சேந்தன் (அய்யனாற்) மாயோன் ஆகியோர்களை உள்ளடக்கியதாக சிவன் புனைந்துரைக்கப்படுகிறான்.

சைவத்தைப் போல பெரும் நிலவுடமை சார்ந்து வளரவில்லை, சிறுகுடிகளிடமும், கைத்தொழில் பிரிவினரிடமும் வைணவம் வளர்ந்தது.

இனக்குழு சமய மரபில் வழிபாட்டுக்குரிய சடங்குகளைப் புரிந்த புலையர், குயவர், வண்ணார், பண்டாரர், வள்ளுவர் போன்ற குடிகள் மதிப்பிறக்கம் ஆயினர். உயர்குடி ஆதரவும் அரசர்களின் ஆதவும் பெற்ற வேத மரபு அந்தணர்கள் சைவ, வைணவ புராண சமய செல்வாக்கில் உயர்வு பெற்றனர்.

ஆரியர்களின் வேதங்களில் குறிப்பிடும் இந்திரன், மாருதி, அக்கினி, அஸ்வினி, வேத முதல்வன் ஆகியோர்க்கு வெகுமக்கள் மத்தியில் புராணம் கிடையாது. பல்வேறு இனக்கலப்பில் ஊடுறுவிய மக்கள், பல்வேறு வட்டாரங்களின் நாட்டார் கதைகளையும், வழக்காறுகளையும் அடித்தளமாகக் கொண்ட பக்தி இயக்கத்தில் அந்தணர்கள் இணைந்துகொண்டனர். உற்பத்தி உறவுகளோடு தமிழர் கண்ட தெய்வங்கள் எளிய வழிப்பாட்டுக்குரியவை. மலைகள், கடல்கள், மரங்கள், ஊர் மன்றங்கள், நடுகற்கள், மழை நீரிடங்கள் ஆகியவற்றை தெய்வமாகக் கொண்ட மக்களின் நம்பிக்கை அம்சங்களை வேத சடங்கில் இறங்கிய பார்ப்பனர்கள் நிறம் மாற்றத் தொடங்கினர். மருத நிலங்களிலும், முல்லை நிலங்களிலும் தங்களுக்கு தனி குடியிருப்புகளைப் பெற்றனர்.

குறிஞ்சி நிலக் கடவுளான முருகன் வைதீகக் கடவுளாக்கப் பட்டான். அவுணரை வென்றவனாகவும், சூரரைவென்ற வேலனாகவும் வள்ளியோடு இருந்தவன் தெய்வானையோடும் இணைக்கப் பட்டான் காட்டில் உறையும் முல்லை நில கருப்பசாமி மேய்ச்சல் கோல் இழக்கப்பட்டு புல்லாங்குழலோடு கண்ணன் என்று விட்டுணுவுடன் இணைக்கப்பட்டான்.

ஈர்ச்சடை அந்தணன், முக்கண்ணன் என்ற சிவன், முருகனுக்குத் தந்தையாக்கப்பட்டான்.

தமிழ் கணியர் வள்ளுவர்கள், சோதிட மரபு செல்வாக்குமிக்க குடிகளிடம் மதிப்பிழந்தது. பார்ப்பனர்களின் ஜன்ம நட்சத்திரம், பெரும் தெய்வத்துயாண்டு உருவானது ஏழ்பிறப்பு, மறுபிறப்பு, வினைத்தொகை போன்ற கருத்துகள் ஊடுறுவின.

பார்ப்பனர்கள் மாசறு காட்சி (தொலைநோக்கு) உள்ளவர்களென்றும் அவர்களைப் பணிந்து நடப்பது அரசரின் உயர்ந்த பண்பாகவும் கூறப்பட்டது (பதிற்றுப்பத்து-63)

வேதத்தைப் பார்ப்பனர்கள் ஓதுவது நாட்டுக்கு நல்லது என்று இரந்து அறிவுரை கேட்டன. இவர்களின் வைதீக தருமத்தில் புராணக் கடவுள்கள் தங்கியிருப்பதாகக் கூறினார்கள்.

சமூகத்திற்காகப் பாடுபடுவதாகக் கூறிக்கொண்டு வழிபாட்டு நடவடிக்கைகளில் தங்கள் வாழ்நாளை அர்ப்பணிப்பதாகக் கூறி, தங்கள் இனத்திற்கான சுயநல கருத்தியல்களைப் பண்பாட்டுச் செய்திகளாக வெளிப்படுத்தினர். வேதத்தையும், மந்திரத்தையும் ஓதுதல், மற்ற பார்ப்பனர்களுக்கு கற்றுக்கொடுத்தல், தீயில் நெய்யூற்றி பார்ப்பனர்களை யாகம் செய்ய வைத்தல், தம் இனத்தார்க்கு தானம் வழங்குதல், பெண், பசு, பொன், வயல் ஆகியவற்றைத் தானம் பெறுதல் என்று அறுதொழில் அந்தணர்களாகக் குறிப்பிட்டார்கள்.

சமண பௌத்த மதங்களை வீழ்த்த மக்களிடம் பக்தி இயக்கமாக எழுச்சி பெற்ற சைவ, வைணவ மதங்கள் வேதத்தின் தலைமையினையும் பார்ப்பனர்களின் மேலாண்மையையும் ஏற்றுக்கொண்டு, ஆகமநெறி களையும், சாதீயக் கோட்பாட்டையும், தீண்டாமை கோட்பாட்டையும் கடைபிடிக்கத்தொடங்கினர்.

பண்டைய தமிழர் வாழ்வு திணை சார்ந்த குடியாக இருந்தது. இதனடிப்படையில் அகம், புறம் என்ற வாழ்க்கைப் பகுப்பு ஏற்பட்டது சங்கப் பாடல்களில் அகம், புறம் உரிமையாளர்களாகத் திணை மனிதர்களே விளங்குகின்றனர். குடிபெயர்ந்து வந்த அந்தணர்கள் இதில் இல்லை, தமிழ்ச் சமூகத்தின் கட்டமைப்புக்கு வெளியேதான் இவர்கள் இருந்தார்கள்.

இனக்குழுத் தலைவன், சீறூர்மன்னன், கிழார், வேந்தர், அரசன் என்ற ஆட்சியாளர்கள் உருவாக்கம்.

பண்டைச் சமூக இயக்கத்தின் குடி வாழ்வின் தலைவர்களின் ஆட்சி முறையிலிருந்து உள் இயக்கத்தின் விளைவாக எழுந்ததைப் பழந்தமிழ்ப் பாடல்கள் காட்டுகின்றன.

இதுவரை சங்கப் பாடல்கள் மூலம் அறியப்படும், ஆயர், வேட்டுவர், கிழவர், பாணர், கூத்தர், விறலியர் போன்ற சமூகப் பிரிவினரைக் குறிப்பிட்டாலும் கொல்லர், தச்சர், கம்மியர், குயவர், புலையர், மருத்துவர் குறிப்பிட்டாலும் இவை எதுவும் பார்ப்பனர் வகுக்கும் நால்வர்ண பாகுபாட்டுக்குள் அடங்காதது என்பதை உணரமுடிகிறது. இந்தப் பகுப்பில் பார்ப்பனர்களும் சடங்குக்குரியவர் களாக வைக்கப்பட்டனர். கபிலர் போன்றோர்கள் குறிஞ்சி முல்லை திணைகளில் காணப்பட்டாலும் சங்கப்பாடல் பாடிய புலவர்களில் 473 பேரில் 10 பேர் தான் பார்ப்பனப் புலவர்கள்.

தமிழர் மரபு தனித்த மரபில் பார்ப்பனீய, வைதீக அழுத்தம் பெருத்த விளைவுகளை ஏற்படுத்தியதை சமூக மீறலாகப் பெரியபுராணம் பக்தி இயக்க கால ஆவணமாகவும் கல்வெட்டுச் செய்திகளும் பண்பாட்டு மாற்றங்களும் உணர்த்துகின்றன. பல்லவப் பேரரசும் சேர சோழ, பாண்டியர் என்ற பிற்கால மூவேந்தர்களும் வைதீக மதத்தை பார்ப்பனரின் மேலாண்மையுடன் தமிழகத்தில் ஏற்றுக்கொண்டனர்.

வெற்றி பெற்ற எந்த ஒரு வர்க்கமும் இரு பணிகளைச் செய்ய வேண்டியுள்ளது. முதலில் அரசியல் போராட்டத்தில் தன்னை நிலை நிறுத்திக்கொள்ள வேண்டும். பின்னர், தனது ஆதிக்கப் பரப்பை விரிவாக்கம் செய்ய வேண்டும், வீரஞ்செறிந்த செல்வாக்கு மிக்க வேளாண் குடும்பத்து வீரர்கள் (மருத நிலத்தினர்), மன்னனுக்காகத் தங்கள் திறமையைத் தங்கள் கூட்டத்தினரோடு போர்களில் காட்டினர். இதனால் மன்னனின் நம்பிக்கை பெற்றனர், மன்னர்களும் தங்கள் ஆளுகையை நிலைநாட்டிக்கொண்டனர். இதற்கீடாக வேளாண் குடியினர் நிலங்களை மான்யமாகப் பெற்றனர். இந்நிலையில் இவர்கள் பரம்பரை பரம்பரையாக அனுபவிக்கும் நிலங்களாகவே மாறின. போரில் நிலம் கொடுக்கும் வழக்கம் புறநானூற்றுக் காலத்திலே இருந்தாலும்கூட அது மான்யமாக செழுமைப்பட்டது. இக்காலத்தில் தான், புதிய புதிய நிலங்கள் பயிர் விளைச்சலுக்கு உட்படுத்தப்பட்டன. நிலவளம் நீர்ப்பாசன வளம், விளைச்சல் ஆகியவற்றைக் கொண்டு நிலங்கள் தரம் பிரிக்கப்பட்டன. இத்தரத்தைக் கொண்டே வரி விதிக்கப்பட்டது.

விவசாய வளர்ச்சியின் அருகே சிறு கைத்தொழிலும் வளர்ச்சி யடைந்தன. உழவுத்தொழிலுக்கான கருவிகள் பெருகின. எல்லாத் தொழில்களும் நிலத்தையே அடிப்படையாகக் கொண்டன. நிலங்கள் படை பற்று, வன்னிப்பற்று என வழங்கப்பட்டன. நிலத்திலிருந்து வரி செலுத்தும் குடிகள் இறைக்குடிகள், வரி செலுத்தாத குடிகள் இறையிலிக்குடிகள் என்றார்கள். நிலமுடையோர் ஆதிக்கம் மேலோங்கியதும் கடவுளாக மதிக்கப்பட்ட புலையர்கள் உழுப்பறையர் களாக ஒதுக்கப்பட்டனர். நிலக்கிழார்கள் அனுமதியின்றி வேறு கிராமங்களில் போய் வேலை செய்யக்கூடாது என கைவினைஞர்களின் தொழில் சுதந்திரம், தனித்துவமும் பறிப்பராயினர். மேலாடை அணிந்து கொள்ளும் உரிமை கேட்டு கைவினைஞர்கள் நிலக்கிழார்களின் சபைக்கு விண்ணப்பிக்கும் அளவிற்கு அவர்களின் கலாச்சார சுதந்திரத்தையும் பறிக்கின்றனர். இறைக்குடி, இறையிலிக்குடி, உழுவித்துன்போர், உழுவோர் என்ற பல்வேறு பிரிவுகளாகப் பின்னிப்பிணைந்த சங்கிலிப் பின்னலாகத் தொடர்பு பெற்றன.

அரசனுக்கும் நிலக்கிழார்களுக்கும் இடையே இருந்த உறவு நன்கு பிணைக்கப்பட்டது. உச்சியிலே கலசம் போல் அரசன் வீற்றிருந்தான், கீழே வரவர அகன்று அகன்று கீழ்கற்களாகப் பண்ணையடிமைகளும், சாதாரண கைத்தொழிலாளர்களும் இருந்தனர். இவை யாவும் மத்திய ஆட்சியின் பிடிக்குள் கொண்டு வரப்பட்டது. இவ்வாறு வலிமையான சோழப் பேரரசு வளர்ந்தது. தலையாய வர்க்கமாக வேளாளர் மிகவும் நுண்ணிய முறையில் தம் ஆதிக்கத்தைச் செலுத்தினர். அதற்கு கருவியாக கோயில் இருந்தது.

சோழர் காலத்தில் நிலக்கிழார்கள் உடமையாகவும் இறையிலி யாகவும் பெருவாரியான நிலங்களைப் பெற்றதைப் போலவே சிவன் கோயில்களும், மடங்களும் தன் பங்காகப் பெருமளவு பெற்றன. இந்நிலங்கள் தேவதானம் எனப்பட்டன. வைணவக் கோயில் நிலங்கள் திருவிடையாட்டம் என்றும் வழங்கப்பட்டது.

கோயில் கருவறை இருட்டாக இருக்கும்படி வடிவமைக்கப் பட்டது. பார்ப்பன புரோகித தீப்பந்தத்தினால் தான் சாமிக்கு ஒளியூட்டப்பட்டது. பார்ப்பனர் அல்லாதவர்கள் தெய்வத்தை தரிசிக்க வைதீக பார்ப்பனர் இல்லாமல் முடியாது என உணர்த்த சாமிக்கு பக்கத்தில் அவர்கள் நின்றனர், பெருதெய்வ கோயில்களும், சாமிகளும், பூசை சடங்குகளும், புரோகித தொழிலும் பார்ப்பனருக்கு மத அடிப்படையில் அதிகாரத்தையும், தலைமையையும் ஏற்படுத்திக் கொடுத்தன. பார்ப்பன புரோகிதர்கள் மூலம்தான் வழிபட முடியும் கதி மோட்சம் பெற முடியும் என்ற நம்பிக்கைகள் வளர்க்கப்பட்டன. கோயில் உடைய ஊர்களில் வைதீக கடவுள்களுக்கு அருகில் வீடுகளும் குடியிருப்புகளும் ஏற்படுத்தப்பட்டன. போரின்போது மன்னன் விளைவித்த நாசத்திற்கு பார்ப்பனர்களுக்குத் தானம் செய்வது புண்ணியம் என்று ஏற்று மன்னர்கள் பிரம்மதேயம், சதுர்வேதமங்களம் என்ற பெயரில் பார்ப்பனர்களுக்கு நிலத்தைத் தானமாக அளித்தனர். போரில் உதவிட குடிகளைப் பார்ப்பனீய நில வளத்திற்கு ஊறு நேராத வகையில் அணுக்கு குடியாக அமர்த்தினர்.

இதன் விளைவாக ஆரியன் கண்டாய் தமிழ்காண்டாய் வேதநெறி தழைத்தோங்க மிகு சைவத்துறை விளங்க, அருமறை சைவத்தழைப்பு என்ற வைதீக சமயக் குரல்கள் வலுப்பெற்றன.

பக்திமான்களுடைய நன்கொடைகளைப் பெற்றும் பணம் கொடுத்தும், வீடுகளை வாங்கியும் கோயில்கள் நிலவுடமையை அதிகரித்துக்கொண்டன. ஒரு பகுதியிலுள்ள மக்களின் சமய

வாழ்க்கையில் முக்கியத்துவம் பெற்ற உயிர்த் துடிப்பான இடமாக கோயில் விளங்கியது மட்டுமின்றி, அது அவ்வூர் அரசியல் சமூகம், பொருளாதாரம் ஆகிய துறைகளைச் சார்ந்த பல்வேறு இயக்கங்களிலும் பங்கு கொண்ட சமூக நிறுவனமாக விளங்கியது. கோயில் களஞ்சியம் வங்கி போல் அமைந்து வைப்புப் பணங்கலைப் பெற்றும் கடனுதவி அளித்தும் மக்களிடம் செயல்பட்டது. கிராம கைத்தொழில் பெருக்கத்திற்கு உதவியது அரசாங்கத்திற்கு செலுத்தவேண்டிய வரிகளை கோயில் களால் அளவிடப்பட்டன. கோயில்களும் மக்களிடமிருந்து வழக்கமான கடமை பணத்தைப் பெற்றன. ஊரிலே பெரிய நிலவுடமை நிறுவனம் என்ற முறையில் விவசாயத்தில் ஊக்கம் காட்டியது. தனிப்பட்ட நிறுவனங்களுக்கும், ஊராட்சி மன்றங்களுக்கும் வட்டியுடனும் வட்டி இன்றியும் தேவைக்கு ஏற்றவாறு நிதி வழங்கியது. மக்கள் தொழிலுக்கும், குடும்ப நிகழ்ச்சிகளுக்கும் கோயில்களில் கடன் பெற்ற செய்தியை கோயில் கல்வெட்டுகளில் காணக் கிடைக்கின்றது. நாட்டின் பொருளாதார வாழ்வில் கோயில் நடுநாயகமாக விளங்கியதைப் பெருஞ்சமய தளத்தில் காண முடிகிறது. கோயில்களும், மடங்களும் தங்களுக்கான தான்ய களஞ்சியங்களையும், கணக்குப் பதிவுகளையும் பெற்றிருந்தன. இத்தகைய நிலவளங்கள் மீதான கட்டுப்பாடு மதகுருவாக இருக்கும் மேட்டுக்குடியினவர்களுக்குப் பொருளாதார நிர்வாகம் போய்ச் சேர்ந்தது. இவ்வாறு மத அதிகாரமும், அரசியல், சமூக அதிகாரமும் பிரிக்க முடியாதது ஆனது. அரண்மனைகள், மடங்கள், கோயில்கள், கல்லறைகள் போன்ற பிரமாண்டமான கட்டுமானங்கள் கொண்ட சடங்கு மையங்கள், உள்ளூர் குழுக்களின் அதிகாரத்திற்கு அப்பாற் பட்டதாயின. புனித கடமையாற்றும் அதிகாரம் பெற்றவர்களாக கோயில் சார்ந்த குறியீடு நிலைபெற்றது.

10. வைதீகமும் - வழிபாடும்

கோயிலின் சொத்தும் கணக்கற்ற செல்வமும் வேளாண் வர்க்கத்தினரின் செல்வக் குழந்தைகளாக இருந்தன. எந்த சமுதாயக் குற்றமும் பொறுக்கப்பட்டது. ஆனால், கோயில் பண விஷயத்தில் எள்ளளவும் கருணை காட்டப்படவில்லை. கோயில்கள் மனிதர்களை குடும்பங்களை விலைகொடுத்து வாங்கிய செய்திகளைக் கல்வெட்டு ஆய்வாளர்கள் மேற்கோள் காட்டுகிறார்கள். பஞ்ச காலத்தில் தம்மைத் தாமே கோயிலுக்கு விற்றுக்கொண்ட அடிமைகள் பற்றிய செய்திகளை ஆய்வாளர்கள் சான்று பகிர்கிறார்கள்.

வேளாண் உற்பத்தியில் செழித்த பெருங்குடி வேளாண் மக்களும் அவர்களுடைய நலனைக் காக்கும் அரசர்களும் சமூகக் கொடுமை களுக்கான உண்மையான காரணங்களிலிருந்து மக்களைத் திசை திருப்பியும், அவற்றிற்கு கர்மவினை போன்ற காரணங்களைச் சொல்லியும், எதார்த்தத்தில் கனவுகூட காண முடியாத பொய்மையான உறவுமுறைகளைப் படைத்து, மாயையான மனச் சாந்தியை மக்களுக்கு அளித்தும் அன்றைய காலத்து தத்துவம் மக்களை மன அளவில் கட்டுப்பட முனைந்தது இதற்கு பார்ப்பனரின் வைதீக நடவடிக்கைகள் துணை புரிந்தது.

வேதநெறி எனும் அதிகார பீடத்தில் அமர்ந்துகொண்டு வர்ணாசிரம தர்மங்கள் கோலோச்சியது மன்னர், நிலப்பிரபு, பார்ப்பனர் என்ற உயர் வர்க்க சமுதாயத்தில் உழைப்பவர்கள், உரிமையுடையோர் புறச்சேரியில் தள்ளப்பட்டனர். அதற்கு ஈடாக பெருந்தெய்வ வழிபாட்டிலும் மண்ணின் மரபுக்குரிய தெய்வங்கள் பரிவார தேவதைகளாக கோயிலின் ஓரத்தில் இடம்பெற்றன.

மனிதர் மட்டுமின்றி அவர்களோடு தொடர்புடைய இடம், தெய்வம், வயது, பாலினம், உடல், குணம், விலங்கு, திசை அனைத்து மேல்-கீழ் என்ற தகுதியைப் பெற்றன. அவை சுத்தம், அசுத்தம் என்ற கர்ம வினையோடும், பிறவியோடும், சாதியோடும், நீட்சியோடும் சடங்குரீதியில் தொடர்புபடுத்தி நீட்டப்பட்டது. அதன்படி பார்ப்பனர் சுத்தத்தின் எல்லையாகவும் விளிம்புநிலையினர் தீண்டத்தகாவர்களாக அசுத்தத்தின் எல்லையாகவும் பாவிக்கப்பட்டார்கள். அந்தணரிலிருந்து புல்லு பறிக்கின்ற பறமன் வரையில் மக்களைப் பற்றி கூறும் கல்வெட்டு

குறிப்பிடுகின்றது. வர்க்க வேறுபாடு, சுரண்டல் முறை போன்றவை மதரீதியில் நியாயப்படுத்தப்பட்டது.

பெருங்குடி வேளாண் சார்ந்த மக்களின் சமய உணர்வு சமத்துவத்திற்கு இடம் தராததால் உற்பத்தியில் ஈடுபடும் மக்களிடம் இனக்குழு பண்பாடு தொடர்ந்தது. வளமைக்கு மழையே வேண்டப்படும் கடவுளாக இருந்ததால், வேளாண் பணியைத் தொடங்கும்போதும் மழை தெய்வமான மாரி வழிபாடு நீடித்தது. விவசாயம் சார்ந்த உழைக்கும் கூலித் தொழிலாளர் குடியிருப்புகளில் மாரி கோயிலைத் தவிர வேறு கோயிலைக் காணமுடியாது. இயற்கை தவறும் காலங்களில் பாதிக்கப்பட்ட மக்கள் ஆட்சியாளரை எதிர்த்து வீறு கொண்டு எழாமல் தங்கள் துன்பங்களுக்கு வடிகாலாக இவ்வழிபாடு உள்ளதை ஆளும் வர்க்கம் பின்னாளில் இதனை சைவம், சக்தி வழிபாட்டோடும் வைணவம், திரௌபதி வழிப்பாட்டோடும் இணைத்தது.

மாரி வழிப்பாட்டில் வழங்கும் காத்தவராயன் - ஆர்யமாலா கதைப் பாடல் வளமை வழிப்பாட்டின் குறியீடான நீர்க்கரகம் எடுத்தல் போன்ற நடவடிக்கைகள், இசைக்கருவிகள் முழக்கம், வெறியாட்டம் ஆடுதல், கூழ்வார்ப்பு, கலந்துண்ணும் கும்பம், சோறு கொட்டுதல் போன்றவை ஆதிக்க சமயம் சாராத பண்பாட்டுக் குறியீடுகளாகும்.

இக்குறியீடு அன்றைய சமூக மீறலாகும். நிலவுடமை வர்க்கப் பின்னணியில் சாதிய படிநிலைகளில் சமூகம் இறுகியதை மதுரை வீரன், முத்துப்பட்டன் கதைப்பாடல்கள் உணர்த்துகின்றன. அச்சமூக மீறல் கதாபாத்திரங்கள் எளிய மக்களிடையே தெய்வங்களாகவே எண்ணப்படுகின்றன.

பார்ப்பனீயம் இதனை சமஸ்கிருதமயமாக்கி, இக்கதாபாத்திரங்களை கடவுளின் குழந்தைகள் என்று கூறி சமூக மீறலின் விளைவுகளைத் தடுத்தார்கள், தணித்தார்கள், சமனப்படுத்தினார்கள் இவ்வாறு பார்ப்பனீய தலைமையிலான சமயம், வைதீக எல்லைக்குள் மக்களின் உணர்வுகளைப் பெருஞ் சமய எல்லைக்குள் உட்செரித்தது.

தமிழகத்தில் உடமை வர்க்கமாகத் தன்னை நன்கு நிலைநிறுத்திக் கொண்ட சைவத்தைப் போல வைணவம் செயல்பட முடியவில்லை.

கோயில் விழாக்களில் சாமி ஊர்வலங்கள் தங்கள் தெருக்களில் வரவேண்டும் என்பதில் அதிகார பகிர்வு நடைபெற்றதை உணர முடிகின்றது. சாமி ஊர்வலத்தை வைத்து அந்தந்த ஆதிக்க சாதிக் குழுக்களின் மேலாதிக்க உரிமை பிறர்க்கு உணர்த்தப்படலாயிற்று. சைவ, வைணவ மதங்களின் பெரும் சொத்துடமை நிறுவனமான சாமி

ஊர்வலம் உலா செல்வதின் மூலம் இடரீதியில் ஆதிபத்திய உரிமை குறியீடு செய்யப்படுகின்றது முழு அதிகாரமும் வாத்திய இசை, வாழ்த்தொலி ஓசை மூலமாக செவிப்பறைகள் கிழித்து உள்ளே செலுத்தப்படுகின்றது. சாமியைத் தரிசனம் செய்யும் நபர்கள், பெண்கள் அனைவரும் அதனுடைய கடைக்கண்பார்வை எனும் அதிகார எல்லைக்குள் இருப்பதாக சந்தோஷப்படுகிறார்கள்.

இப்படிப்பட்ட உலா முதலியன திருவிழாக்கள் எப்போதுமே மக்கள் கூட்டத்தை உணர்ச்சி வெறிகொள்ள வைக்கின்றன. அதன் மூலம் தற்காலிகமாக அவரவர் (சாதி அடிப்படையான) சமூக பாத்திரங்களும் அவற்றின் பணிகளும் குலைகின்றன. எல்லோரும் ஆடுகிறார்கள், பாடுகிறார்கள், கூக்குரலிடுகின்றனர், மேலாடையை வீசி எறிகிறார்கள், வெறி கொண்டவர்களாக மாறுகிறார்கள், யதார்த்த நிலையின் கவசங்கள் சுழல்கின்றன. வீதிகளில் தற்காலிகமாகச் சாதி இறுக்கத்திலிருந்து தளர்ந்து கால வீட்டிற்குள் அடைபட்டிருந்த பெண்கள், ஊர்வலத்தினர் மீது பூக்களைத் தூவுகின்றனர். வீட்டை விட்டு வெளியே வந்து ஆடல்பாடல் செய்கின்றனர்.

விழா முடிந்தவுடன் மீண்டும் பழைய சாதீய மேல் - கீழ் அடுக்குகளுக்குள் மக்கள் திரும்பிவிடுகிறார்கள். இத்தற்காலிக முறை மீறல்கள் மக்களுக்கு வடிகாலாக உள்ளன.

பெரும் சொத்துடமை நிறுவனமான சைவத்தின் சார்பில் நடத்தப்படும் மதுரை மீனாட்சி - சொக்கநாதர் திருமணவிழாவிற்கு பெருந்திரள் கூடும் விழாவில் வைணவ பெருங்கோயிலிலிருந்து திருமாலிருஞ்சோலை அழகர் பங்கேற்க வருவதாகவும் வைகைக்கரை வரும்போது திருமணம் முடிந்துவிட்டதால் திரும்புவதாகவும் சித்திரை விழா கொண்டாடப்படுகிறது. இந்தச் செய்தி இரு மதங்களும் தங்கள் எல்லையை ஏற்றுகொண்ட குறியீடாக விழா செய்தியைத் தருகின்றது.

பெருந்திரள் கூடும் சைவத்திற்குப் போட்டியாக மக்களைத் திரட்டும் நிகழ்வாக கள்ளழகர் வருகை பண்பாட்டு செய்திகளுடன் இடம் பெறுகின்றது. வைதீகச் சமயங்கள் கோயில் சொத்துடமையைக் காத்தல் மற்றும் அணிதிரட்டல் போன்ற நிகழ்ச்சிகளில் சில சமரசங்களைச் செய்து, குறிப்பாக தீண்டாமை இல்லாத மற்ற சாதியினர்க்கு அவர்களிடமிருந்து தானங்களைப் பெற்று, அவர்களை சாதிய படிநிலையில் மேல்நோக்கி நகர்த்துமுகமாக சில சலுகைகள் அளிக்கின்றன. நிலமானிய மதிப்பீடுகள் வலிமையாக இருந்த

காலத்தில் கோயில் மரியாதை என்பது மிகப்பெரிய அங்கீகாரமாகக் கருதப்பட்டிருந்தது.

இத்திசை வழியில் தாழ்த்தப்படுத்த மக்கள் மேற்கொள்ளுகின்ற முயற்சிகள் எல்லாம் இடைநிலைச் சாதிகளுக்கு விடப்படும் சவால் களாக நோக்கப்படுகின்றன. மோதல்கள் நிகழ்கின்றன. இதனால் அந்தந்த சாதியின் அந்தஸ்துக்கேற்ப உடை, பரிவட்டம், அணிகலன், தங்கள் நிகழ்ச்சிகளில் வைத்துக்கொள்ளக்கூடிய இசைக்கருவிகளிலும் இன்னும் பார்த்தாலே அடையாளம் தெரிந்துகொள்வதற்காகக் கட்டுப்பாடுகள் விதிக்கப்படுகின்றன. பார்ப்பனரிலிருந்து வரிசையாக ஒவ்வொரு சாதியும் தனக்கு கீழ் உள்ளதாகக் கருதப்படும் சாதிகளிடம் மேற்படி சாதி அடையாளங்களைக் கறாராக நடைமுறைப்படுத்துவதில் இறங்குகின்றன.

இதனால் ஒரே விதமான சமூகத் தடைகளுக்கு ஆளான இரு சாதியினர், தாங்கள் பொருளாதாரரீதியில் நசுக்கப்பட்ட ஒரே வர்க்கத்தைச் சேர்ந்தவர்கள் என்ற அடையாளம் என்பதைவிட ஒருவனிலிருந்து மற்றவன் உயர்ந்த சாதியான் என்ற அடையாளம் கூறும் கதைகளை உருவாக்குகின்றனர். உடலால் உழைத்து சாப்பிடுவது, அடிமை வேலை செய்வது போன்றவை தாழ்த்தப்பட்ட மக்களின் பிறவித்தருமம் என்றது வைதீகம்.

இதனால் இவர்கள் உழைப்பில் ஈடுபடும்போது அகாலமரணம் அடைந்தாலும், பெண்கள் பாலியல் வன்முறைக்கு ஆளாக்கப் பட்டாலும், எரிக்கப்பட்டாலும், வெட்டி எரியப்பட்டாலும், குடிசைகள் கொளுத்தப்பட்டாலும் உடமைகள் அழிக்கப்பட்டாலும் அவை பாவத்திற்கான பரிகாரங்களாகக் கூறப்பட்டன.

இறுகிக் கட்டிப்போன சமூக அழுத்தத்தில் மக்கள் சிக்கிக் கிடந்த நிலைமைகள் மனிதநேய சிந்தனையைத் தூண்டின. இக்குரலை சித்தர் பாடல்களில் கேட்க முடிகிறது. வைதீக மதத்தின் ஒவ்வொரு நடவடிக்கையும் தாக்கப்பட்டதை இவர்கள் பாடல்களில் காண முடிகின்றது.

ஒன்றே குலம் ஒருவனே தேவன் குரலென்ற திருமூலர் ஒலித்தது இன்று தமிழ் சமூகத்தின் மையநீரோட்டக் குரலாக ஒலித்துக் கொண்டிருக்கின்றது. ‘இட்டார் பெரியோர் இடாதார் இழிகுலத்தோர்’ என்ற அவ்வை பெருமாட்டி அறிவுறுத்தினார்.

வைதீகம் பிறப்பு முதல் இறப்பு வரையுள்ள முரண்பாடுகளுக்கான காரணங்களைப் பிறப்பிற்கும் முன்னும், இதற்கான தீர்வை இறப்புக்குப் பின்னும் வைத்துள்ளதை சித்தர்கள் சாடுகிறார்கள்.

11. வைதீகமும் - மாற்றங்களும்

எவ்வளவு வெற்றிகள் பெற்றாலும் தமிழ் மன்னர்களை சத்திரியர்களாக மனுஸ்மிருதி ஏற்கவில்லை. ஆர்ய சத்திரியனுக்கும், சூத்திர பெண்ணுக்கும் பிறந்த உக்ரன் என்றே பார்ப்பனர்கள் குறிப்பிட்டனர். தங்கள் ஆட்சி நிலைக்க, கலகங்கள் தோன்றாமல் இருக்கவும் மக்களை இராஜவிசுவாசிகளாக இருக்கவும் மன்னர்கள் பிராமண குருக்களின் அருள் வேண்டியிருந்தது. இராஜகுருவின் ஆலோசனைப்படி கற்கோயில்கள் கற்றளியாக மாறின விண்ணளாவிய கோயில்கள் எழுந்தன. பிரம்ம தேயங்கள் பெருகின.

சமூகத்தில் நிலவுடமை செல்வாக்குப் பெற்ற வேளாளர்கள் செழித்து வரும் சமய தளத்தில் தங்களுக்கும் பங்கு வேண்டும். சைவ மடாலயங்களில் தங்களை ஆச்சாரியர்களாகக் காட்டினர். இதற்கு மடங்கள் ஆதரவு கிட்டியது பிராமண குருக்களுக்கு மாற்றாக முனிவர்கள் முன் நிறுத்தப்பட்டனர். உழுகுடிகளின் வளமை வழிப்பாட்டில் முனிவர்களுக்கு முக்கிய இடம் கிடைத்தது. சமஸ்கிருத பார்ப்பனரின் ஆதிக்கமும் வேளாளரின் சமய மீறலும் முரண்பாடுகளைத் தோற்றுவித்தது. இதனைக் குகையிடி கலகமாகக் காண முடிகின்றது. இதனால் பதற்றமடைந்த சோழப்பேரரசு பெருந்திரளான வல்லமை கொண்ட வேளாளர் மடங்களோடு இணக்கமான உறவை ஏற்படுத்திய வெளிப்பாடுதான் திருமுறைகள் தொகுக்கப்பட்டன. இவை கருவறையில் செல்லரித்துப் போனதாகத் தொன்மங்கள் வெளியாயின. நாயன்மார்கள் ஆழ்வார்கள் கோயிலில் இடம்பெற்றனர். சிவஞான போதம் தமிழ் சைவத்தின் சாரம் என்ற தத்துவம் உயர்வு பெற்றது.

வைணவத்தில் நாட்டார் சமயக் கூறுகள் உள்ளிழுக்கப்பட்டன. ராமானுஜர் பார்ப்பனர் அல்லாதோர்களைப் புரோகிதர்களாக நியமிக்கின்றார். தமிழ் மொழியின் ஆழ்வார் பாடல்களைத் திவ்ய பிரபந்தமாக ஒலிக்கச் செய்கிறார். தென்கலை என்ற பிரிவு, வைதீகம் சமஸ்கிருத அழுத்தத்தில் இருந்து தமிழ் மொழி சார்ந்து அடையாளமானது. திருமலைராயன் பட்டினத்தில் சவுரிராஜ பெருமாள் மாசி மகத்திற்குக் கடலில் தீர்த்தவாரிக்குச் செல்லும்போது மீனவர்கள் மத்தியில் 'மாப்பிள்ளை மாப்பிள்ளை...' என்று மீனவர்களின் தோளில்

சுமக்கப்பட்டு, மீனவர் வலைபந்தலில் கொண்டாடப்படுகிறார். இதுபோன்ற நிகழ்வுகள் சைவத்திற்குப் போட்டியாக ஆட்சியாளர்களாகப் பார்க்கப்பட்டது. குலோத்துங்க சோழன் காலத்தில் நடந்த சைவ, வைணவ மோதலை இது தொடர்புபடுத்திப் பார்க்க முடிகிறது.

பேரரசு ஆட்சியில் ஊர், சபா, நாடு போன்ற தல அமைப்புகள் நிர்வாகம் நடந்தாலும் நீர்பாசனம், பண்ணை அடிமை முறை, கோயிற் கட்டுமானம் ஆகிய சமூக பொருளாதார நிறுவனங்கள் வலிமையான பேரரசுகளின் கட்டுப்பாட்டில் இயங்கமுடியும். சோழர்களின் இறையாண்மை விரிந்ததும் வளநாடு என்றளவில் நிர்வாக வட்டங்கள் தோன்றியதையும் நில அளவை நாடு முழுவதும் எடுக்கப்பட்டதையும் மைய அரசின் நேரடிச் செயல்பாடாகும் சோழர்கள் நடத்திய போர்களில் வெற்றி பெற்று நாடு திரும்பும் வீரரர்கள், பகைநாட்டில் கொள்ளையடித்த செல்வத்தை தாய்நாட்டிற்குக் கொண்டுவந்து நிலத்தில் முதலீடு செய்தனர்.

பேரரசுகளின் உருவாக்கத்தில் வாரிசு சண்டைகளும் போர் யுக்தியும் தொழில்நுட்பமும், வாகனங்களும், சாதனங்களும் சாம்ராஜ்ஜியங்களைப் புரட்டிப் போட்டன.

வாளும் ஈட்டியும் கொண்ட பெரும் காலாட்படையும், குதிரைகளும் தேரும் கொண்ட வாகனப்படைகளும் கடலில் செயல்பட்ட தீரமிகு கடற்படையும் தமிழக வரலாற்றில் இடம்பெற்றிருந்தாலும். பகுதிநேர படை பலமாக இருந்தது.

சோழ, பாண்டிய அரசுகள் தங்களுக்குள் போரை நடத்திக் கொண்ட சூழலில், நிரந்தர படைப்பிரிவுடன் போர்த் திறம் வாய்ந்த படையெடுப்புகள் தமிழகத்தின் மீது நடத்தப்பட்டது. இதில் நிலவுடமை சாராத சமவெளி அல்லாத பகுதிகளில் பிறமொழியினர் படையெடுப்பில் கொந்தளிப்பானது. இதனை ஐவர் ராஜாக்கள் கதை, பஞ்ச பாண்டவர் கதை, கன்னடியன் படைப்போர், உலக முழுதுடையாள் கதை என்ற நாட்டுப்புற பாடல்கள் பதிவுசெய்கின்றன.

விஜயநகரப் பேரரசு தமிழகத்தில் விரிவாக்கம் பெற்றபோது பார்ப்பனர்கள் கோட்டையின் தளகர்த்தர்களாக (துர்க்க தண்ட நாயகர்கள்) அவர்கள் பணியமர்த்தப்பட்டனர், ஆதரவு கிடைத்தது. இதுவரை இருந்த இராஜ்ஜியம் சார்ந்த விசுவாசம் இராஜ விசுவாசமாக படைத்தளம் உருவானது. நிலத்தை மான்யமாகப் பெற்று பிரதிபலனாக

ஆபத்துக் காலங்களில் போர்ப் பணியைப் பெற்றுக்கொள்ளும் பாளையத்தார் முறை ஏற்பட்டது.

தங்களின் வளங்களைக் காக்கும் பொறுப்பு சமவெளி போர்ச் சாதிகளுக்கு இருந்ததால் படையெடுப்புகள் மூலம் வெற்றியடைந்த அரசுகள் அவர்களிடம் உறவை பலப்படுத்தின. தமது நிர்வாகத்தில் தங்களுக்கு வேண்டிய தங்கள் மொழி பேசும் குடும்பங்களைக் குடியமர்த்தி கோட்டைகளையும் கோயில்களையும் உருவாக்கினர். இது விஜயநகர பேரரசு காலத்திலும் பின்னர் நடந்த நாயக்கர் காலத்திலும் வெகுவாக நடந்தது. போர்க்குடியின் தெய்வங்கள் மேல்தட்டு தெய்வங்களுடன் உறவு கற்பிக்கப்பட்டனர். இதனை கள்ளழகர்-தங்கை மீனாட்சி கருத்துருவாக்கத்தில் காணலாம். தமிழர்களின் தாய்தெய்வ வழிபாட்டு மரபைக் கண்ட படையெடுப்பாளர்கள் கோயிலில் அமைக்கப்படும்போது, பெண் தெய்வங்களுக்கு தனி சந்நிதி அமைத்து பண்பாட்டு நெருக்கத்தை உணர்த்தினர்.

கோயில் சார்ந்த நகரமயமாதல் தமிழகத்தில் உருவானதால் வேளாண் தொழிலைச் சார்ந்தவர்கள் வலங்கை என்றும் கைவினைஞர்களைச் சார்ந்தவர்கள் இடங்கை எனவும் பிரிவு சமூகத்தில் உருவாகியது. இதில் விருதுகள், சடங்குகள், சின்னங்கள் மூலமாக இவர்களின் அந்தஸ்து கூறப்பட்டது. இது பிராந்தியம் கால வேறுபாடுகளையும் கொண்டதாக இருந்தது. நகர கோயில் நிர்வாகத்தைக் கைப்பற்றும் முயற்சிகளாக இப்பிரிவுகள் விளைந்தன.

நாட்டார் மரபில் கொண்டாடப்பட்ட உள்ளூர் விழாக்கள், போர்க் குடிமக்களின் பிரதேச எழுச்சிக்காகப் பெருந்தெய்வ பண்பாட்டில் இணைக்கப்பட்டு பெருந்திரள் விழாவாக மாறியது. இதற்கு மாசித்தேர் மற்றும் மாசி மகம், உதாரணமாகக் கூறலாம். விழாவில் குடிமக்களின் தெய்வங்கள் பெருநிலப்பரப்பின் வளமைக்கும் ஒன்றியத்தின் அசைவியக்கத்திற்கும் மரபான சமூகக் கூறுகளைக் கொண்ட நிலம் - சாதி-சாமி என்னும் விரிவெல்லையைப் பண்பாட்டு தளத்தில் வெளிப்படுத்தியது.

கோயில்கள், சமூக, பொருளாதார மையங்களாக இருந்ததால் படையெடுப்புகளில் அவைகள் குறிவைக்கப்பட்டன. மாலிக்காபூர் படையெடுப்பு, அவ்வாறு தான் தமிழகத்தில் கோயிலில் கொள்ளையிட்ட பெருஞ்செல்வத்தோடு புறப்பட்டான்.

அரேபிய வணிகர்களும் போர்த்துக்கீசியர்களும் வணிகப் பரவலை மேற்குக் கரையிலிருந்து கிழக்குக் கரை வரை செய்தனர். தமிழகத்தில் முஸ்லிம் வழிபாட்டு கட்டிடங்களில் பல இடங்களில் சீன கட்டிடக் கலை சார்ந்த மரபைக் கொண்டுள்ளதை ஆய்வாளர்கள் சீன வணிகர்கள் மூலமாக தமிழக வணிகர்கள், மகமதியர் ஆனவர்களானதை இது காட்டுகின்றது என்று ஆய்வாளர்கள் குறிப்பிடுகின்றனர். தமிழ் வணிகர் ஒரு பிரிவினர் ஆயிரம் ஆண்டு காலமாக தமிழ்பேசும் முகமதியராகத் தொடர்கின்றனர்.

டெல்லி சுல்தான்களின் பிரதிநிதியின் கீழ் தமிழகம் பீரங்கி முனையில் சிக்கியது. வேளாளர்கள் தங்கள் உரிமையை இழக்க விரும்பாமல் முகமதிய போர்ப்படையுடன் சமரசம் செய்து கொண்டனர்.

ஆயுதம் தரிக்கத் தடை செய்யப்பட்ட அடித்தட்டு மக்கள், முஸ்லிம் படையணிகளில் தங்களை இணைத்துக்கொண்டனர். இதனால் முஸ்லிம் மதங்களில் ஈடுபாடு தமிழகத்தில் எழுந்தது. ஐயமும், அச்சமும் உடைய ஆதிக்க சாதியினரின் ஆதரவைப் பெற முகமதியர், கோயில் செல்வத்தைக் கொள்ளையிடும் போக்கை விடவும், மத சகிப்புத் தன்மையை நிலைநாட்டவும் தொடங்கியதை குணங்குடி மஸ்தான் சாகிப் பாடல்கள் தெரிவிக்கின்றன.

ஸ்ரீமுஷ்ணம் பூவராக சாமி கிள்ளைக்கு கடலில் மாசி மகத் தீர்த்தவாரி திருவிழாவுக்குச் செல்லும்போது தைக்கால் என்ற இடத்தில் முஸ்லிம் மத அரண்மனைக் குடும்பத்தார் சார்பில் பட்டுப் பீதாம்பரம் மலர் மாலைகள் சாமிக்கு அணிவித்து, அருகில் உள்ள தர்க்காவிற்கு அழைத்துச் செல்கின்றனர். தைக்காலில் முஸ்லிம் சமயத்தாருடன் இந்து சமயத்தவரும் இந்நிகழ்ச்சியைக் கண்டுகளிக்கின்றனர்.

மாலிக்காபூரின் படையெடுப்பில் திருவரங்கம் இரங்கநாதரின் ஐம்பொன் சிலை டெல்லிக்கு எடுத்துச் செல்லப்பட்டு, பக்தையான நாட்டியப் பெண்ணால் திரும்பி கொண்டு வரப்பட்டது. தில்லி நாச்சியார் என்ற பெயரில் கோதுமைரொட்டியும், இனிப்பும் சுண்டலும், பருப்பும் பாயசமும் நைவேத்தியமும் அங்கு செய்யப்படுகிறது.

அடித்தட்டு மக்களின் பண்பாட்டில் உள்ளதைப் போன்று தர்காவில் நடைபெறும் கந்தூரி விழாக்களில் காணலாம். இதனை அல்லா பண்டிகை என்று பிற சமய மக்கள் பங்கெடுப்பது இந்து முஸ்லிம்

ஓர்மையின் வெளிப்பாடு. தமிழகத்தின் பல பகுதிகளில் முஸ்லிம் தர்காவும் இந்துக் கோயில்கள் அருகருகே இருப்பதும் விழாக்கள் நடப்பதும் அவ்வூர் மக்களில் ஒரு பிரிவினர் மதம் மாறிய பிறகு சகிப்புத் தன்மையுடன் உரிமையுடன் வழிபாட்டு நடவடிக்கை கொண்டதை உணர்த்துகிறது.

நாட்டார் மரபு வழிபாட்டில் பூசாரிகளிடம் செல்வது போல் முஸ்லிம் மத குருவிடம் மக்கள் தங்களின் உடல்நலம் சம்மந்தமாக அணுகும் பண்பாடு, மதம் கடந்த பண்பாடாகத் தொடர்கின்றது.

வணிகத் தொடர்பிற்கான பயணத்தில் போர்த்துக்கீசியர்களின் வெற்றி வரலாற்றில் ஒரு திருப்புமுனையாக அமைந்தது, மேற்குக் கடற்கரையோரம் செல்வாக்கு பெற்றிருந்த அரேபிய வணிகரையும், கடற்கொள்ளையரையும் விரட்டிவிட்டு கடல்சார் வணிகத்தில். இறங்கினர். தக்காணத்தில் நெருக்கடியில் இருந்த இஸ்லாமிய சுல்தான் களுக்கு எதிராக விஜயநகர பேரசுடன் இணக்கமாகி, அவர்களுக்குத் தேவையான குதிரைகளையும் பீரங்கிகளையும் வழங்கினர். இதன் தொடர்ச்சியாகத் தமிழ்நாட்டில் மதுரை நாயக்கர்களும் போர்த்துக்கீசியர் களுடன் இணக்கமாக நடந்து பீரங்கிகளையும், பீரங்கி தொழில் நுட்பத்தையும் எல்லைக்கும் விரிவாக்கம் பெற்றனர்.

தென்பாண்டி நாட்டில் முத்துக்குளிக்கும் மீன்பிடி பரதவர்கள் அரேபியர் கொடுத்த நெருக்கடியை நாயக்கர்களின் இறையாண்மை எதிர்வினை ஆற்றாத சூழலில், கிறிஸ்தவம் அவர்களை அணைத்துக் கொண்டது. கிறிஸ்தவத்தின் தொன்மையை மையமாகவைத்து உருவான ரோமானிய திருச்சபைக்கு எதிரான கிளர்ச்சியை அடக்க எதிர் சீர்திருத்தம் முடுக்கிவிடப்பட்டது. அதில் ஒன்று, பைபிளை நாட்டு மொழியிலும் வெளியிடலாம் என்பது பெரும் மதமாற்றம் கண்ட தமிழகம், தமிழில் முதன் முதலில் ஐரோப்பியர்களிடம் பைபிள் பெற்றது. தமிழ் உபகரணங்களுடன் தான் மதுரை நோக்கி கத்தோலிக்க மிஷனரிகள் மதுரைக்கு வந்தன.

இந்துக்கள் போலவே தூபப்புகையும், தீர்த்தத்தையும், அம்மன் வீதி உலாவையும், கத்தோலியர்கள் கிறிஸ்தவத்தில் அனுமதித்தனர் அப்போது உருவான தூத்துக்குடி பனிமயமாதா கோயில் தமிழ்நாட்டின் கிறிஸ்தவர் திரளும், பெரும் விழாவாக இன்றும் தொடர்கின்றது. போர்த்துக்கீசியர்கள், டச்சுக்காரரர்கள் பிரிட்டிஷ் கிழக்கிந்திய கம்பெனி என்ற கிறிஸ்தவம் வணிகர்களோடு வந்து இறங்கியது. வணிக உறவுகள்

சிதைந்துவிடக்கூடாது என்பதற்காக நிறுவனத்தின் கப்பல்களில் பாதிரிகள் பயணித்தனர். படைவீரர்களுக்கும் அதிகாரிகளுக்கும் ஞானஸ்தானம், திருமணம், ஈமச்சடங்கு செய்தனர். இறந்த வீரர்களின் குழந்தைகளைத் தத்தெடுத்து ஆண்களுக்கென்றும், பெண்களுக் கென்றும் பாதிரிகளின் மேற்பார்வையில் புகலிடம் நடத்தப்பட்டன.

குடியேற்றப் பகுதியில் நோய் பரவலைத் தடுக்க தங்களின் ஆங்கில மருத்துவ முறையை உறுதி செய்தனர். வட்டார மக்களின் கை வைத்திய முறையைக் கண்டு அதிர்ச்சி அடைந்தனர்.

ஐரோப்பியர் வருகைக்கு முன்பே கிழக்குக் கடற்கரையில் வாணிபம் செழித்தோங்கியிருந்தது. தமிழ் தெலுங்கு ஒரியா வங்காள வணிகர்கள் சலங்கைகளில் (ஒருவகை மரக்கலம்) கடற்கரையோரமாய் வணிகம் செய்தனர். 'செட்டி கப்பலுக்கு செந்தூரான் துணை' என்ற சொல் வழக்கு வணிகர்களின் பெருத்த செல்வம் ஈட்டியதைக் குறிப்பிடுகின்றது. ஐரோப்பிய வணிக நிறுவனங்கள் ஏற்றுமதி இறக்குமதியில் இறங்கி வணிகர்களைத் துபாஷிகளாகவும் தரகர்களாகவும் மாற்றியது. இவ்வணிகத்துக்கு ஏதுவாக பிரிட்டிஷ் வங்கி, கர்நாடாக வங்கி, கடல் வணிகக் காப்பீடு ஆகியவற்றைத் தொடங்கி இந்தியாவின் பொருளாதார சுரண்டலை முழுமையாக்கின.

நாயக்கர்களிடமிருந்து மொகலாய அரச பிரதிநிதியாய் நியமிக்கப்பட்ட ஆற்காடு நவாப் சர்க்கார் சீமை எனப்படும் குத்தகைக்கு விடப்பட்ட அனைத்து பகுதிகளிலும் திறை வசூலிப்பதற்கு சிரமப்பட்டதால், ஆங்கில வணிகத் துருப்புகள் அதற்கு உதவின. ஆற்காடு நவாப்புக்கும் ஆங்கிலேயருக்கும் எதிராக ஹைதர் அலியின் படையெடுப்பு மூன்றாண்டுகள் போர்ச் சூழலையும் தமிழகத்தில் கடும் சேதத்தையும் விளைவித்தது. நதியோர சமவெளிப் பகுதிகள் அழிந்தன. பயிர்த் தொழில் உள்குடிகள் அருகிவிட்ட நிலையில், நிலக்கிழார்களுக்கு கீழ் பெரும் மக்கள் திரள் புறக்குடிகளாகவும், குத்தகைதாரர்களாகவும், வாரதாரர்களாகவும் நில அடிமையாகவும் மாறிவிட்டனர். பரம்பரை காணி ஆட்சியாளர்களான பார்ப்பனரும் வேளாளரும் இருந்த செல்வாக்கில், புதிய நிலக்கிழார்களின் சாதிகள் சமூக அந்தஸ்து பெற்றனர்.

கொள்ளையும் பஞ்சமும், இடப்பெயர்ச்சியும் தொழில் சுயற்சியும், வேளாண் வருவாயும் வாணிப இலாபங்களும் வெகுவாகக் குறைந்துவிட்டது. இந்த மாபெரும் சமூகப் பொருளியல் மாற்றங்களை

நெறிப்படுத்த நிர்வாக புனரமைப்பு வேண்டும் என்பது காலத்தின் கட்டாயம். இதற்கு தலைமை ஏற்பது ஆற்காடு நவாப்பின் பொறுப்பு. அவரோ, கடன்பட்டு கடன் பட்டுத் தன் நலன்களை ஆங்கிலேயருக்குத் தாரை வார்த்துவிட்டார்.

பாளையக்காரர் மீதான மேலாண்மை ஆற்காடு நவாப் வசம்தான் இருந்தது. அவர் வாங்கிய கடனுக்குப் பிணையாக பாளையக்காரரிடமும், பாளையக்காரர் அல்லாத சர்க்கார் சீர்மையின் குத்தகைதாரரிடமும் கிஸ்தி வசூலிக்கும் பொறுப்பு மட்டுமே ஆங்கில கம்பெனியின் அரசுக்கு இருந்தது. கம்பெனி அரசு கெடுபிடி வசூலில் இறங்கியது. இதனால் பாளையக்காரர் மத்தியில் அதிருப்தியும் கலகமும் எழுந்தது. சைவ மன்னர்களும் சோழர்கள் காலத்திலும் நாயக்கர் காலத்திலும் வெள்ளாளர்கள் 18 சைவ மடாலங்களைத் தங்கள் சாதிக்கானதாய் சொந்தமாக்கினர். கோயில் நிலங்கள் ஏராளமானவை பார்ப்பன-வேளாளர்க்குச் சொந்தமாயின.

கம்பெனி அரசு சமயக் கொள்கைக்கு சட்ட அங்கீகாரம் கொடுக்கும் முகமாக திருவிழாக்களின் பொழுது சரவெடி வெடித்தும் சிப்பாய்களை அனுப்பி மக்களுக்கு பாதுகாப்பு அளித்தும், தேர் உலா, வீதி உலாவின் போது கிறிஸ்தவர்களாக மாறியிருந்த தாழ்த்தப்படுத்தப்பட்ட சமூகத்தினரை ஞாயிற்றுக்கிழமைகூட தேரின் வடம் பிடிக்க அரசு பணித்தது. கத்தோலிக்க விசுவாசிகள், கோயில் பணிகளில் ஈடுபடுவதையும் கோயில் தர்மகர்த்தா முறையில் ஒப்படைப்பது பற்றியும் எதிர்ப்பு எழுந்தது. சிறு கோயில்கள் கிராமப் பூசாரியிடமும், பெரியகோயில் கிராம ஊழியர்கள் மற்றும் பெரிய மனிதர்கள் மேற்பார்வையிலும் மிகப் பெரிய கோயில், தர்மகர்த்தாக்கள் வசமும் மடங்கள் ஆதீனங்கள் வசமும் சேர்ந்தன. தாழ்த்தப்படுத்தப்பட்ட மாணவர்கள் பள்ளியில் அனுமதிப்பதையும், மதம் மாறிய இந்து - முஸ்லிம் மக்களுக்கு மூதாதையரின் சொத்துக்களில் பங்கு உண்டு என்ற சட்டவரையரையும் இந்துக்கள் சார்பில் எதிர்க்கப்பட்டது. சதுர்வேத சித்தாந்த சபா என்ற அமைப்பு நான்கு வேதங்களையும், சைவ சித்தாந்தத்தையும் உள்ளடக்கிய அன்றைய சமயநிலையைக் காட்டுகிறது.

மக்களின் சமூக சமய வாழ்வில் அரசு தலையிடக்கூடாது என்றும் மக்களின் நன்மைக்காக அரசு தம் சட்டங்கள் மூலம் சமய, சமூக அம்சங்களில் தலையிடலாம் என்றும் வாதப்பிரதிவாதங்கள் எழுந்தன. இது ஐரோப்பிய சிந்தனையின் தாக்கமாக உணரலாம். படித்த

இந்தியர்கள் சமூகத்தின் முன்னோடியாகத் திகழ வேண்டும் என்ற எதிர்பார்ப்பு அரசுக்கு இருந்தது. இதற்கு இந்து முற்போக்கு சங்கம் தமிழகத்தில் ஆதரவு தந்தது. ஆனால், தீவிரம் அடையவில்லை. ஆங்கில அரசை அண்டிப்பிழைக்கும் மேற்சாதி அதிகாரிகளானதால் சீர்திருத்தம் என்ற சமூக அக்கறை குறைவாக இருந்தது.

இந்தியாவில் ஆங்கிலேயரின் இறையாண்மை முழுமையாக நிலைநாட்டப்பட்ட பிறகு, அறிவியல் பூர்வமான ஆரம்பக் கல்வியை மக்களுக்குத் தரவேண்டும் என்று அரசு நிதி ஒதுக்கியது. அறிவியல் சார்ந்த மேலைக் கல்விமுறை ஆங்கில மொழி மூலம் புகுத்தப்படுவதே இந்திய சமூகத்தை மீட்டுருவாக்கம் செய்வதற்கு எளிதான, விரைவான வழி என்று அரசு உறுதியாக இருந்தது. இதுவே மெக்காலே கல்வி தாய்மொழிக் கல்வியைப் பின் தள்ளியதற்குக் காரணம் என்பது உணரத்தக்கது. சைவ சமய கற்றோர்கள் எனப்பட்ட ஆறுமுகநாவலரும், சபாபதி நாவலரும் திருமுறைகளை ஓதுவதற்கே சாதி குறித்தனர். சுதேசி இயக்கத்தில் பங்கெடுத்த திரு.வி.க போன்றோர் பறையர்கள் தமிழர்களைத் தாக்குகிறார்கள் என்று தலையங்கம் எழுதியது பார்ப்பனர் அல்லாதோரிடம் உள்ள சனாதன கருத்தியலைக் காட்டியது.

திருவாங்கூர் சமஸ்தானத்தில் பிராமணர்களுள் நம்பூதிரிகளுக்கே முதலிடம். எண்ணிக்கையில் குறைவாக இருந்தபோதிலும் அதிகாரம் மிக்க இவர்களின் விரலசைவில்தான் திருவிதாங்கூர் அரசு இயங்கிக் கொண்டிருந்தது. எல்லா மனித உரிமைகளையும் இழந்த இழிகுலத்தோர் களாகக் கருதப்பட்ட கடைநிலை மாந்தர்கள், சொத்துரிமை இன்றி, கல்வி உரிமையற்று, பொது வழிகள் பொதுநீர் நிலைகள், கோயில்கள், சந்தைகள் முதலியவற்றுக்குச் செல்லும் உரிமையற்று இருந்தார்கள் இவர்களுக்கு மேல்சாதிக்காரர்களைப் போல ஆடை, ஆபரணங்கள் அணியும் உரிமை மறுக்கப்பட்டிருந்தது. ஆணும் பெண்ணும் இடுப்பிற்கு மேலும் கால் முட்டுக்குக் கீழும் ஆடை அணிவதும் குற்றமாயிருந்தது. தற்செயலாகக் கீழ்ச்சாதிப் பெண்கள் மேலாடை அணிய நேரிட்டால் அவர்கள் மேல்சாதிக்காரர்களைச் சந்திக்கும்போது மேலாடையை கழற்றி மரியாதை செலுத்த வேண்டும், குடைபிடிக்கவும் கால்களில் காலணி அணியவும் வாகனங்களில் செல்லவும் உரிமையில்லை. சாதி ஒழுக்கங்கள் முறையாகப் பின்பற்றப்படுகின்றனவா என்பதைக் கண்காணிக்க நாஞ்சில் நாட்டு நாயர்களைக் கொண்ட பிடாகைக் காரர்களின் தேசிய சபை ஆண்டுதோறும் சுசீந்திரம் தேரோட்டத்தின் போது கூடி, மீறியவர்களுக்குத் தண்டனை அளிக்கும்.

கீழ் சாதிக்காரர்கள் ஊதியமின்றி அரசுக்கும் உயர் அதிகாரிகளுக்கும், கோயில்களுக்கும், ஆற்றிய பணியே ஊழியம் எனப்பட்டது. அடிநிலை மக்கள் ஊழியம் என்ற பெயரில் அடிமைப்பட்டிருந்தனர். கிறிஸ்தவர்கள் ஊழியத்திலிருந்து விடுபடக் கோரிப் போராடியபோது அவர்களுக்கு ஞாயிற்றுக் கிழமைகளில் மட்டுமே விடுதலை கிட்டியது.

திப்பு சுல்தான் திருவிதாங்கூரைத் தாக்கியபோது, ஆங்கிலேயர் உதவியுடன் முறியடிக்கப்பட்டது. இதனையொட்டி அன்னியர் படையெடுப்பின் போதும் உள்நாட்டுக் கலவரங்களில் ஆங்கிலேயர்கள் அடக்கும் பொறுப்பை ஒப்பந்தம் செய்துகொண்டனர். கிறிஸ்தவ சமயத் தொண்டர்களின் செயல்பாடுகளும் வைகுண்டசுவாமிகள் என்பவரின் சீர்திருத்தப் பணிகளும் புதிய சமயங்கள் தொடங்கி வைத்த எதிர் சிந்தனை மரபுகள் வளர்ந்தன.

குமரி மாவட்டத்தில் மேலாடை அணியும் உரிமை மறுக்கப்பட்டதற்கு கிறிஸ்தவ சான்றோர் குலப் பெண்கள் முப்பது ஆண்டுகாலம் மேல் போராடினர். நீதிமன்றத்தில் அவ்வுரிமை பெற்ற பெண்களுக்கு எதிராக நாயர்கள் ஆபாசமாகப் பேசி மேலாடையைக் கிழித்தனர். திருவிதாங்கூர் அரசி மேல்சாதியினர் அணியும் ஆடை கீழ்சாதிக்குக் கிடையாது என்று குப்பாயம் மட்டுமே அணியலாம் என அறிவித்தார். இதனை சென்னையில் இருந்த ஆங்கில அரசின் கவர்னர் இந்தத் தடைகள் இக்காலத்திற்கு ஏற்றவை அல்ல, அறிவாளியான அரசனுக்கு இது தகுதியானவையா? என்று குறிப்பிட்டார். ஆனால், அரசி ஆதரவைக் கொண்டாடி சாதி இந்துக்கள் கிறிஸ்தவர்கள் மீது தாக்குதல் நடத்தினர். இதனை தோல் சீலை கலவரம் என்று வரலாறு சுட்டுகிறது. பின்னர், ஆங்கில அதிகாரிகளின் தொடர் முயற்சியாலும் போராட்டத்தில் மதங்களைக் கடந்து சான்றோர் குலங்கள் திரளுவதையும் அறிந்த திருவிதாங்கூர் மகாராஜா, கிறிஸ்தவப் பெண்கள் போன்று ஏனைய சான்றோர் குலப்பெண்கள் குப்பாயம் அணியலாம்; மீனவப் பெண்களைப் போல் கட்டிச் சேலை கட்டிக் கொள்ளவோ தடையில்லை என்றும் அதே வேளையில் அவர்களுக்கு உயர் சாதிப் பெண்களைப் போல மேலாடை அணியத் தடையுண்டு என்றும் அறிவிப்பு செய்தார். நாளடைவில் அவரவர் விரும்பிய ஆடை அணியும் சூழல் கல்வி வளர்ச்சியாலும் மத சீர்திருத்தங்களாலும் அப்பகுதியில் ஏற்பட்டது.

இந்து மதம் சார்ந்த அமைப்புகள் சமூக சமத்துவத்தையோ அல்லது சமய சமுத்துவத்தையோ கோருவது இல்லை. சூழலில் வள்ளலார் குரல் தமிழகத்தில் ஓங்கி ஒலித்தது. சமரச சுத்த சன்மார்க்க சங்கம் என்ற அமைப்பைத் தொடங்கி, சாதி வேறுபாடுகளால் இருள் மூடிக் கிடந்த சமூகத்தை தட்டி எழுப்பினார்.

'வாடிய பயிரைக் கண்டபோதெல்லாம் வாடினேன்' என்ற அவரின் கருணை வரிகள் பசிப்பிணி போக்கும் ஆற்றலாய் தமிழர்களிடத்தில் இடம் பிடித்தது.

சாதியிலே மதங்களிலே சமய நெறிகளிலே
சாத்திர சந்தடிகளிலே கோத்திர சண்டையிலே
ஆதியிலே அபிமானத் தலைகின்ற உலகீர்
அலைந்தலைந்து வீணே நீர் அழிதல் அழகல்லவோ

தமிழ்ச் சமூகம் கடந்துவந்த பாதையில் பகுத்தறிவுச் சிந்தனையை வள்ளலார் காட்டுவது அறிவுச்சுடராய் தமிழிலக்கியத்தில் ஒளி வீசுகிறது. வைகுண்டரின் சமுத்துவ சமூகப் பணி கிறிஸ்தவர்களின் சமூகப்பணியை விஞ்சியது. அன்று சென்னை மாகாணப் பகுதியாயிருந்த கேரளத்தில் நாராயண குருக்கள் சிறுதெய்வ வழிபாடு, உயிர்ப் பலியைக் கைவிட வேண்டும், சாதி ஒழிப்பில் ஈடுபட வேண்டும் என்று வலியுறுத்தினார். கோயில், கல்வி நிலையங்களாகத் திகழவேண்டும் என்ற அவருடைய நோக்கம் வரவேற்பு பெற்றது. கவிஞர் குமரன் ஆசான் அவருக்கு ஆதரவாகச் செயல்பட்டார்.

மனிதாபிமான சித்தாந்தங்கள் உச்சம் பெற்ற பத்தொன்பதாம் நூற்றாண்டின் இறுதிக் கட்டத்தில் சமூக நீதிக்கான குரல் ஒலிக்கத் தொடங்கியது. பண்டிதர் அயோத்தி தாசர், இரட்டைமலை சீனுவாசன் ஆகியோர் பார்ப்பன எதிர் சிந்தனை மரபை உயர்த்திப் பிடித்தனர். குழந்தைத் திருமணம், இளம் வயது விதவை, மேற்சாதிகளில் பரவலாக இருந்ததை ஜி. சுப்ரமண்ய அய்யர் என்பவர் எதிர்த்தார். இச்சமூக சீர்திருத்தப் பணியில் தம்மை முன்நிறுத்திக்கொண்டு பெண் விடுதலைக்குக் குரல்கொடுத்தார்.

பிராமணர்களின் செல்வாக்கு மிகுந்த காலகட்டத்தில் ஈ.வே. இராமசாமி தீண்டத்தகாதோர் வளர்ச்சியில் தான் பிராமணரல்லாதோர் வளர்ச்சி இருக்கின்றது என்று சாதி மற்றும் பொருளாதார சமத்துவ மின்மையைக் கண்டித்தார். வைக்கம் கோயில் நுழைவுப் போராட்டத்தை

தலைமையேற்றார். சேரன்மாதேவி குருகுலப் பள்ளியில் சாதிக்கொரு நீதி மாணவர் சமூகத்தில் வழங்கப்பட்டதை எதிர்த்துக் காங்கிரஸ் இயக்கத்திலிருந்து வெளியேறி, சீர்திருத்த இயக்கம் கண்டார். சாதி, சமய எதிர்ப்புக் கருத்துக்களையும் புராண இதிகாசங்களையும் மக்கள் முன் கேள்விக்குள்ளாக்கினார். சாதிப் பட்டம் துறத்தல், சமயச் சின்னங்கள் மறுத்தல் புரோகிதர் விலக்கல், தீண்டாமை எதிர்த்தல் என்ற பண்பாட்டுப் புரட்சிக்கு மக்களைத் திரட்டினார். பார்ப்பனீயத்தைத் தனிமைப் படுத்தினார். 'ஆரியம் கண்டாய் தமிழும் கண்டாய்' என்ற சைவத்தை சுயமரியாதைக்காரர்களிடமிருந்து காப்பாற்ற முடியாமல் பிராமணர்களைப் பின்வாங்க வைத்தார். அது, தமிழக வரலாற்றின் மையக் கருவான அரசியல் வரலாற்றிற்குப் பெரும் பங்காற்றியது. அனைத்து சாதியினரும் அர்ச்சகர் ஆகலாம்; தமிழில் வழிபாடு என தமிழர்களின் உரிமைகள் பேசியது. சமூக நீதியெனும் கல்வி, வேலை வாய்ப்புகளைப் பெற்றுத் தந்தது.

12. தமிழ்ச் சமூகமும் தெய்வங்களும்

பண்டைய தாய்வழிச் சமூகத்தின் தெய்வ மரபில் தமிழர்களிடத்தில் மாரி வழிபாடு முக்கிய இடத்தில் உள்ளது. வெப்ப மண்டலப் பகுதியான தமிழ்நாட்டில் வெப்ப நோய்கள் வராமல் இருக்கவும் நீர் வளம் வேண்டியும் முக்கிய உற்பத்தியான வேளாண் உற்பத்தி வளமை காணவும் இவ்வழிபாடு மக்களிடத்தில் நிறைந்துள்ளது. மூத்தோள் என்ற பழந்தெய்வம், பழைய தாய்வழிச் சமூகத்தின் தொன்மம். ஆத்தாள், ஆயி, மூத்தோள் என்பது முத்து மாரியம்மனாக, முத்தாலம்மனாகத் தம்மரபில் தொடர்கின்றது. பயிர்த்தொழில் சமூகம் இவளை வளமையோடும் உற்பத்தியோடும் தொடர்புபடுத்தி வந்தது. எருக்குழி வளமையோடு பயிர்த் தொழில் சமூகம் இணைத்துப் பார்த்தது. பார்ப்பனீயம் பயிர்த்தொழிலை இழிவாகக் கருதியதால், மூத்தோள் என்பதை மூதேவியாக்கி மதிப்பிறக்கம் செய்தது. சைவம் இதனைச் சிவனின் மனைவி சக்தி வழிபாட்டோடு இணைத்தாலும் வைணவம் சகோதரியாக சக்தியை இணைத்தலும் பெருங்கோயில் வழிபாட்டில் தாய்தெய்வம் தனித்த பண்பாட்டுக் கூறுகளுடன் தமிழர் பண்பாட்டில் நிறைந்துள்ளது.

கொற்றவை வேட்டைச் சமூகத்தின் பண்பில் காளியாகத் துர்க்கையாகத் தொடர்கிறாள். இவளைத் துஷ்ட தேவதையாகப் பார்ப்பனீயம் வர்ணிக்கின்றது. வனஜா, கிரிஜா என்று சமஸ்கிருத மயமாக்கிப் பார்ப்பன புரோகிதர்களுடன் வழிபாட்டில் உருமாற்றம் செய்கிறது. சங்க இலக்கியம் கூறும் சூர், அணங்கு போன்ற அச்சம் தரும் தெய்வங்கள் நம் வாக்கு தவறினால் தண்டிக்கும் பண்பு கொண்டவையாகச் சித்திரிக்கின்றன. காட்டில் உறையும் சூர்தெய்வம் முல்லை நிலத்தில் நப்பின்னையாக இலக்கிய உருவம் பெற்றது. புராண மரபு கண்ணனின் மனைவிகளில் ஒருவளாகச் சத்தியவதியாகச் சித்திரிக்கின்றது. ஆழ்வார் பாடல்களில் தமிழ் மரபுப்படி நப்பின்னை கண்ணனோடு குறிப்பிடப்படுகிறாள். நப்பின்னைக்குக் கொடுத்த வாக்கின்படி, ஏழு எருதுகளை அடக்கமுடியாமல் கண்ணன் சிரமப்படுவதை ஆழ்வார்கள் பாடல்களில் சுட்டிக்காட்டப்படுகிறது.

வளமை வழிபாட்டில் நாட்டார் மரபில் தாய் தெய்வ வழிபாடு எளிய பண்பாட்டுச் சிறப்புகளுடன் வெளிப்படுகிறது. குழந்தை

பிரசவிக்கும் நேரத்தில் கொலை செய்யப்பட்ட கர்ப்பிணிப் பெண் படுகொலை சமூக அச்சமாகப் பண்பாட்டில் வெளிப்படுகின்றது. துடிதுடித்த அவள் மரணம், சமூக உற்பத்தியைத் தடுப்பதாக உணரப் பட்டது. அவள் மறைவைக் காடு ஏறியவள் வழிபாடாகக் கூறுகின்றது. காட்டேரி வழிபாடு எனப்படும் இவ்வழிப்பாட்டில் பிரசவ பெண்ணுக்குரிய மருத்துவப் பொருள்களை வைத்தும் கருமணி ஓலை வளையல் வைத்தும் கருப்புத் துணி வைத்தும் வழிபாடு செய்யப் படுகிறது. இயற்கையிலே குழந்தை பெற முடியாமல் மகப்பேறு சமயத்தில் இறப்பு நடந்தால், சுமைத்தாங்கிக் கல்நட்டு அமைதி கொள்வர். வழிப்பயணத்தில் சுமை இறக்கி வைத்து இளைப்பாறுவது நாட்டார் சமய வழிப்பாட்டில், பண்பாட்டில் தடம் பதிக்கின்றது.

குலம் சார்ந்த வழிபாட்டில் கால்வழி உறவு தொடர்பில் குலதெய்வம் என்றும், கிளைச்சாதி திரளில் கிராமத் தெய்வமாகவும், குடும்ப உறவுகளில் தெய்வமாக வீட்டுத் தெய்வமும், பிரதேச அணி சேர்க்கையில் ஊர்த் தெய்வமாகவும் உள்ள நாட்டார் சமய மரபில் தாய் தெய்வக் கூறுகளே முன்னணி வகிப்பதைத் தமிழர் பண்பாட்டில் காண முடிகின்றது. கன்னிமார், செல்லியம்மன், மாரியம்மன், பச்சையம்மன், அங்காளம்மன் போன்ற வளமை தெய்வங்களின் வழிபாட்டில் பார்ப்பனீய சடங்குகள் கிடையாது என்பது தமிழ் சமய வரலாற்றில் முத்திரை. இன்றைய காலகட்டத்தில், தெய்வங்களுக்குத் திருமண விழா, விளக்கு பூசை போன்ற பண்பாட்டுத் திணிப்பில் சமஸ்கிருத மயமாக்கும் முயற்சிகள் இந்துத்வா அரசியலுக்கு அணிசேர்க்கும் பண்பாட்டு அழிப்பு முயற்சி.

உணவு சேகரிக்கும் சமூகப் பின்னணியில் உருவான வள்ளி என்ற தாய் தெய்வம், வேட்டைச் சமூகத்தில் உருவான தாய்வழி உரிமை தொன்மமான கொற்றவை சிறுவனாக அடையாளம் காட்டிய முருகுவோடு இணைக்கப்பட்டது. முருகன் பெருந்தெய்வ மரபுக்கு வந்தவுடன், போரில் வெற்றிபெற்ற மன்னன், பெற்ற உதவிக்கு தம் மகளை மணமுடித்துப் பிரதேச எல்லையைக் காத்துக்கொள்வது போல் பேரரசு காலத்தின் உருவாக்கத்தில் பார்ப்பனீய மரபு, இந்திரன் மகளான தெய்வ சேனாவை முருகனோடு இணைத்தது. சங்க இலக்கியம் காட்டாத இக்காட்சி புராண இலக்கியத்தில் இடம்பெற்றது.

தமிழ்ச் சமூகத்தின் பண்பாட்டு அடையாளமாகக் கருப்பு நிறம் இடம்பெற்றது சமய தளத்தில் காண முடிகின்றது. பழங்குடி மக்களிடம் பண்பாட்டுப் படையெடுப்புகள் நிகழ்ந்தபோது, மக்கள் அதனை விலக்கி

வைக்கும் போக்கு எழுந்தது. மால் என்றால் கருப்பு. ஆதலால்தான் மாயி என்ற பண்டைய தாய் தெய்வம், கால்நடை வளர்ப்பு சமூகத்தில் ஆண் தெய்வம் மால் என்பதும் உருவானது. திருமாலோடு வைணவத்தில் இணைக்கப்படுகிறது. கரிய நிறமுடையவன் கருப்பசாமி, கருப்பு, கரிய நிறமுடைய அழகி என்று பொருள்படும் அங்காளம்மன், கருப்பாயி, கருமாரி, இருச்சி போன்ற தெய்வங்கள் அன்னிய சமயப் பண்பாட்டினை ஏற்காத மக்களின் விழிப்புணர்வான பண்பாட்டின் வெளிப்பாடாக ஆய்வாளர்கள் காட்டுகின்றனர். புராண இலக்கியங்கள் அதனால்தான் இராமனை நீல நிறத்திலும் கிருட்டிணனைக் கரிய நிறத்திலும் திருமாலின் அவதாரத்திலும் பார்ப்பனர்கள் தொடரச் செய்கின்றனர். பார்ப்பனீயத்திற்கு வெகு மக்கள் இலக்கியம் கிடையாது. ஆதலால் பார்ப்பனீய கருத்தியல் அழுத்தம் போதும் என்று விட்டுவிட்டார்கள் என்பதை உணர வேண்டும்.

இனக்குழு மரபைக் கடந்து வளர்ந்த தமிழ்ச் சமூகத்தில் மொழி சார்ந்த தேசியம் உருவானபோது வேட்டுவவரி, ஆய்ச்சியர் குரவை, போன்ற பழங்குடி தாய்தெய்வ மரபுகள் தேசிய காப்பியத்தினுள் இடம்பெறும் அடையாளம் ஒன்றை கண்ணகியின் ஊடே தமிழ்ச் சமூகம் வெளிப்படுத்துகிறது. சிலப்பதிகாரம் காப்பியத்திற்கு முன்பே கண்ணகி என்ற பெயர் இனக்குழுத் தலைவன் பேகனின் மனைவி பெயராகப் பழந்தமிழ் மரபு காட்டுவதும், கன்னியர் வழிபாடு நாட்டார் மரபில் மிகுந்துள்ளதும், நாட்டார் மரபிசையில் சிலம்பிசை தவறாது வழிபாட்டு மரபில் இசைக்கப்படுவதையும் தொடர்புபடுத்திப் பார்க்க வேண்டும். இளங்கோவடிகள், குறவர் சிறுகுடி மக்கள் கண்ணகியைத் தெய்வமாக ஏற்கும் குரலைப் பதிவுசெய்திருப்பார். வளர்ந்துள்ள வணிக சமூகம் தங்களுக்கு அருள் வசம் நிறைந்தவளாக வாசவி, கன்னிகா பரமேஸ்வரி என்ற தாய்வழி தெய்வ மரபைத் தொடர்கின்றனர்.

பண்டைய தாய்வழிச் சமூகம் குகைகளின் இருப்பிடம் நீரிடங்களை ஒட்டியே தேர்வு செய்தது. உயிர் வாழ்வன அனைத்திற்கும் நீரிடங்கள் முக்கியமானது. தாய்வழிச் சமூகம் முதலில் குகையுறை தெய்வமாகத்தான் அறிமுகப்படுத்தியது. இதனையே தாய்த் தமிழ்ச் சமூகம் மனையுறை தெய்வமாகக் காமாட்சியம்மன் விளக்கு என்ற தொன்மத்தை இல்லத்தில் முக்கியத்துவமாகப் பண்பாட்டில் தெரிவிக்கின்றது.

குலக்குறி அடையாளங்கள் தமிழர்களின் பண்பாட்டில் பெற்ற சிறப்பை வைதீக மத உருவாக்கத்தில் காணலாம். சிவன் விட்டுணு

தாய்தெய்வ உடலில் நாகங்கள் மற்றும் நாய், மான், மயில், காளை, கருடன், பன்றி, யானை, குதிரை, சிங்கம் புலி, எலி, ஆமை எனத் தெய்வங்களின் வாகனமாக அணி வகுத்தும் நிற்கும்.

சங்க இலக்கியத்தில் இடம்பெறாத பிள்ளையார் வழிபாடு, வைதீக உருவாக்கத்தில் முக்கிய இடம்பெற்றுள்ளது. யானை முகம் கொண்ட பெருத்த உருவம் எலியை வாகனமாக வினையாற்றுவதற்குரிய தெய்வமாகத் தமிழ் மண்ணில் இடம்பெற்றுள்ளது. ஆலமர் செல்வன் என்றும் அரசமர வழிபாட்டு தொன்மத்தோடு இதனைக் காண வேண்டியுள்ளது. பௌத்த சமயத்தின் வருகை, நாட்டார் வழிபாடின் உயிர்ப்பலி மட்டுமல்ல பார்ப்பனீய வேள்விச் சடங்கில் நிகழ்த்தப்படும் பலிகளையும் விலக்கக் கோரி, அறக்கருத்துக்களை மக்கள் வசிப்பிடங்களில் பிரச்சாரம் செய்யும் போக்கினை வரலாறு கூறுகின்றது. பௌத்த மதம் புத்தரின் போதனைகளைப் பெரிய மரத்தடியில் மக்களைக் கூட்டி அறிவு புகட்டி சமய ஒழுக்கங்களைப் பேசியது. இதன் தொன்மமாகப் புத்தர் சிலைகள் பண்டைய தமிழகத்தில் இருந்ததை வரலாற்றுத் தொல்லியல் சான்றுகள் நிரூபிக்கின்றன. வணிகர்களின் பேராதரவு இருந்ததால், புத்த விகாரைகள் பண்டைய தமிழக நகரங்கள் இருந்ததைப் பக்தி இலக்கியங்களில் அழிக்கப்பட்ட காட்சிகளை விதந்து போற்றுகின்றன.

வணிகச் சமூகம் எண்ணெய் உற்பத்தியை அதன் பயன்பாட்டை விரிவுபடுத்த மக்களிடம் கொண்டுசென்ற விழாவாகத் தீபஒளித் திருநாள் உள்ளதை அயோத்திதாச பண்டிதர் விளக்குகிறார். உணவு, உடல்நலம், வெளிச்சம் போன்ற எண்ணெய் பயன்பாடு, தீபாவளி பண்டிகையில் இருப்பது பௌத்த பண்பாட்டின் விளைவே. இதனைப் பார்ப்பனீயம் சொல்லும் புராணக் கதை ஒவ்வோர் இடத்திலும் பொருந்தாத தன்மையைக் காண முடிகின்றது.

புத்த மத வீழ்ச்சிக்குப் பிறகு அந்த மரத்தடிகளில் வினாயாகர் என்ற பிள்ளையார் வைக்கப்பட்டார். பிள்ளையார் சிலை இப்பொழுதும் வேறோர் இடத்திலிருந்து கொண்டு வரும் மரபு இன்றும் தொடர்கிறது. அது புராணத்தில் சிவனின் மகனின் உடம்புக்கு யானைத் தலையாகவும், வணிகர்களான தேசிகர் கொண்டுவந்த யானைமுகக் கடவுளானாலும் சாளுக்கிய போரில் கொண்டுவரப்பட்ட வாதாபி கணபதியாகவும் காணலாம்.

பண்டைய சமூகத்தில் உணவு உற்பத்தியை அழிக்க வரும் காட்டு யானைகளை விரட்டவும் அறுவடை தானியங்களை அழிக்கும்

எலிகளை அழிக்கும் ஆற்றலான தெய்வம் உணவுக்குரிய தெய்வமாக மக்களின் பண்பாட்டில் இருந்ததை நாட்டார் வழிபாட்டுச் சடங்குகளில் சாணி, மஞ்சள் போன்றவைகளிலும் சிறு கோபுரமாகப் பிடித்து வைத்து வணங்குவதை வேளாண் சமூகத்தில் காணலாம். அந்தப் பண்பாட்டில் வைதீகம் வேளாண் மக்களின் வணிக ஆதிக்கத்திற்கான எதிர்ப்பாக எழுந்த பக்தி இயக்கப் பண்பாட்டில் பிள்ளையார் உருவம் அந்த இடத்தில் பொருத்தியதை உணர முடிகின்றது. மருத நில பண்பாட்டில் இதன் வெளிப்பாடு உள்ள அளவு குறிஞ்சி, முல்லை நிலங்களில் நாட்டார் சமய வழிபாட்டில் சாணியிலும் மஞ்சளிலும் பண்டைய உணவுத் தெய்வம் தொடர்கின்றது. பண்டைய இலக்கியங்கள் முருகுவை இளமையாகவும் சிறுவனாகவும் கற்பிதம் செய்ததால், முருகனுக்கு அண்ணனாகப் புராண மரபு பிள்ளையாரை இணைத்தது. கன்னிமார் வழிப்பாட்டு மரபில் ஏழு கன்னியர்கள் பற்றி வட்டார தாய் தெய்வங்கள் இடம்பெறும் ஒரே பெயர் எல்லா இடங்களிலும் இருக்காது. பிடாரி, காத்தாயி, பூங்காவனத்தால், அசலியம்மன் என்று இனக்குழு பண்புகளோடு அத்தெய்வங்கள் இருக்கும். ஆனால், வைதீகம் பதிலாகச் சப்த மாதர்களை அறிமுகப்படுத்திப் புராண தேவியர்களின் பெயர்களை அவர்களுக்குச் சூட்டி வைதீகம் மாற்றி வருகின்றது.

ஆலமலர் செல்வன் என்ற தொன்மம் பண்டை தமிழக அறிவர் (முனிவர்) தொன்மத்தைப் பௌத்த சமய மரபு புத்தராக வெளிப் படுத்தியதைப் பக்தி இலக்கியம் சிவனோடு பொருத்தியது. சிவன் முக்காலம் உணர்ந்தவனாக முக்கண்ணனாகப் போற்றப்பட்டான்.

வேளாண் சமூகம் பருவகால அறிவோடு தம் பயிர்த்தொழிலை மேற்கொள்ள வேண்டும். அதற்கு தமிழ் கணியர் சந்திர நாட்காட்டியைக் கைவிட்டுச் சூரிய நாட்காட்டியை வகுத்த தொன்மமாகச் சதபத பிராமணம் கூறும் புலம்பலைக் கவனிக்க வேண்டியுள்ளது. தேவர்களிடம் சூரியன் உதவியைக் கேட்கும்போது அவர்கள் உதவ மறுத்ததால், சூரியன் அரக்கர்களின் உதவியைப் பெற்றான். தேவர்கள் பயிர்த்தொழில் காலமாக எண்ணும்போது அரக்கர்கள் அறுவடை செய்துகொண்டிருந்தார்கள். அவர்களுக்குச் சூரியன் உதவினான் என்று புலம்புகின்றது. இத்தொன்மம் பருவகால மாற்றங்களைத் தமிழர்கள் (புராணமரபு-அரக்கர்கள்) சூரியனைச் சார்ந்து நாட்காட்டியை உருவாக்கினர் என்பதாகும். இதனை சிவ நாட்டிய உருவமாகப் பருவகாலச் சூழற்சி இயக்கமாக வேளாண் சார்ந்து பக்தி இயக்கம் பிறை சூடனாக வெளிப்படுத்தியது.

தமிழர்களின் வேளாண் உற்பத்தியில் நெல் உற்பத்தி சமூக வளர்ச்சிக்கு வழிகோலியது. இதுவே பருவகாலங்கள் பற்றிய விழிப்புணர்வை ஏற்படுத்தியது. பயிர்த்தொழிலில் அறுவடைக்காலம் முக்கியமானது. உழைப்புக்கான பலன் வேண்டும், தை மாத அறுவடை வேளாண் உற்பத்தியை உறுதி செய்ததின் மகிழ்வே அறுவடை நாளாக பொங்கல் கொண்டாட்டமாகத் தமிழர்களின் பண்பாட்டில் சிறப்பிடம் பெறுகின்றது. தை மாதம் பகல் பொழுது அதிகம் தொடங்கியதை வைத்தே தமிழ்க் கணியர்கள் வகுத்ததை வைத்தே தமிழ்ப் புத்தாண்டு என்ற பண்பாடு எழுந்தது. கதிரவன் வேளாண்மையில் சிறப்பிடம் பெற்றதால் சந்திர வழிபாடு வழக்கொழிந்து, சிவனோடு இணைக்கப் பட்டதையும் மற்ற பெருந்தெய்வங்ளோடு இணைக்கப்பட்டதையும் வைதீகத்தில் காணலாம். சமயம் சார்ந்த பண்பாட்டில் சந்திர ஆண்டுக் கணக்கு முக்கிய இடம் வகித்ததை முழுமதி நாளின் விழாவைச் சமயப் பரப்பில் உணரலாம். சந்திர ஒளிமறைப்பு நாளை இழப்பாகக் கொள்ளும் வழக்கமே நீத்தார் இழப்பை நினைவு உணர்த்தும் அமாவாசை வழிபாடாக உள்ளது.

சமண பௌத்த மத நிறுவனங்களில் பெண் துறவிகள் பெற்ற உயர்வான இடம், இயக்கி என்ற பெண் தெய்வங்களாகவும் அறிவர்கள் எனப்படும் முனிவர்கள் குழு வளமை வழிபாட்டில் இடம்பெறுகிறார்கள். பண்டைக்காலம் முதல் குலங்களுக்காகவும், நிலங்களுக்காவும் போரிட்டு வாழ்ந்த வீரர்களை வணங்கும் தமிழர் மரபு, நாட்டார் சமய வழிபாட்டில் தொடர்கின்றது. அவர்களுக்கான மது, மாமிச உணவுப் படையல்கள் வழிபாட்டில் இடம்பெறுகின்றன. வீட்டில் திருமணம் ஆகாத பெண்கள் இழப்பு, உற்பத்தி இழப்பாக மக்கள் கருதுகின்றனர். வீட்டின் முக்கிய நிகழ்வுகளின்போது அவர்களை நினைத்து படையலிடும் மரபு வளமை வேண்டுதலாகக் காண்கிறோம். குழந்தை பிறந்து வளர்ந்து வரும்போது முடியெடுத்தல், காதணி அணிதல் என்ற சடங்குகள் நாட்டார் மரபு சமய நடவடிக்கையில் புதிய உறுப்பினர்களை இணைத்தலாகக் குலதெய்வ வழிபாட்டில் நடத்தப்படுவது தமிழர் மரபு தொடர்கின்றது.

பண்டைய சமூகத்தின் வானியல் அறிவு, சந்திரனின் வளர்சிதை தோற்றங்களின் காட்சியையும் விண்மீன்களின் இடப்பெயர்வையும் உன்னிப்பாகச் சமூகம் உணர்ந்து பெறப்பட்ட அறிவாகும். பருவ காலம் அறிதலில் மழையை முதலில் வைத்துப் பார்க்கப்பட்டது. மற்ற உயிரினங்களைப்போல் மழைக்காலத்திற்குரிய உணவு, உறைவிடம் போன்ற தேவைகளை மனித சமூகம் ஏற்படுத்திக்கொள்ள வேண்டும்.

இதனடிப்படையிலே ஆண்டுக் கணக்கில் தமிழர்கள் கார் காலத்தை முதல் பருவமாக எண்ணினர்.

வருடம் என்றால் மழை என்ற பொருள் இதனை உணர்த்தும். விராட தேசத்தின் மகளான திரௌபதி, செல்லும் இடமெல்லாம் மழை வளமுடன் இருந்ததைப் புராண மரபு மழையை நம்பி பயிர் செய்யும் மக்களிடம் வளமை தெய்வமாக வைணவம் மூலமாக எடுத்துச் சென்றது.

குலதெய்வம், கிராம தெய்வம், ஊர் தெய்வம், அரசாளும் தெய்வம் என்ற ஆட்சி விரிவாக்கம் பெற்ற பேரரசு உருவான சமூகத்தில், தாய் தெய்வம் பெரிய நாயகி, உலக நாயகி என்ற இராஜ இராஜேஸ்வரியாக மாறியது. ஆண் தெய்வம் வேடர், நிலைமாறி, பிச்சாண்டி கோலத்தைக் கலைந்து, பெருவுடையார், ஈஸ்வரர் என்று சொத்துடமை சமூகத்தில் உயர்வு பெற்றது.

பிற சமயங்களையும் சிந்தனைகளையும் இச்சமூக விஞ்ஞான வளர்ச்சியில் காணும்போது பகுத்தறிவுப் பார்வை விரிவாகும்.

காலத்தின் சமூக மாற்றங்களை உள்வாங்கிச் சமயம் வளர்ந்துள்ள சூழலில், பகுத்தறிவு உணர்வு எழுப்பிய அழுத்தத்தில் தாய்மொழி வழிபாடு சமத்துவம் நோக்கிய நகர்வைத் தமிழர்கள் மத்தியில் ஐயப்பன் வழிபாடு உருவாகியுள்ளது. இதில் பெண்களுக்கான இடம் கேட்டு குரல் பெருகுவது ஆதிக்கத்தைத் தவிர்ப்பதை உணர்த்துகிறது.

வரலாற்றின் களமும் திசைகளும், சமூகத்தில் நடந்த உற்பத்தியும் அதன் மாற்றங்களும் விளைவித்த சமூகப் பொருளாதார அடையாளங்களான சமய பண்பாட்டுச் சிக்கல்களும் புரிந்துகொள்ளும்போதுதான் அறிவார்ந்த சமூகமாக நடைபோட முடியும். இல்லையெனில் ஆதிக்கத்தின் கூறுகள் நம்மை அழுத்திக்கொண்டே இருக்கும். தமிழ்ச்சமூகம் இன்று தன் தனித்த பண்பாட்டுக் கூறுகளைச் சமத்துவம், சகோதரத்துவம் என்ற மானுட மேன்மைக்குப் பங்களித்துப் பணியாற்றிட அறச்சீற்றத்துடன் பயணப்பட வேண்டும்.

நூலாக்கத்திற்கு உதவிய நூல்களின் பட்டியல்

வ.எண்	நூலின் பெயர்	ஆசிரியர்
1	மனித இனங்கள்	மி.நெல்தூர்க்
2	குடும்பம், தனிச்சொத்து அரசு ஆகியவற்றின் தோற்றம்	எங்கெல்ஸ்
3	மண்ணும் மனித உயிர்களும்	கோ. கேசவன்
4	பண்டைத்தமிழர் வாழ்வும் வழிபாடும்	கலாநிதி கைலாசபதி
5	தமிழ் இலக்கியத்தில் தாய்தெய்வ வழிபாடு	பி.எல்.சாமி
6	தலித் பார்வையில் தமிழர் பண்பாடு	ராஜ் கௌதமன்
7	சங்க கால சமுதாயம்	பேரா. கா. சுப்ரமண்யம்
8	நீரிடங்களும் பெண்தெய்வ வழிபாடும் ஆய்வேடு	பேரா. த. பழமலய்
9	தெய்வங்களும் சமூக மரபுகளும்	முனைவர் தொ. பரமசிவன்
10	இந்திய சிந்தனை மரபு	கலாநிதி. நா. சுப்ரமண்யம், கௌசல்யா சுப்ரமண்யம்
11	தமிழும் சமஸ்கிருதமும்	தேவ பேரின்பன்
12	வணிகம், கருத்தியல், நகர்மயம்	ஆர் சம்பகலக்ஷ்மி
13	பண்பாட்டு உரையாடல்	பக்தவச்சலம் பாரதி
14	தமிழகம் பிரமிப்பூட்டும் ஒரு மக்கள் வரலாறு	முனைவர் கே.மோகன்ராம் முனைவர். ஏ.கே. காளிமுத்து முனைவர். மார்த்தாண்டசேகரன்
15	இறை ஆய்வு	முனைவர். சு. சிவசந்திரகுமார்